KB166838

내게는 특별한 ★

베트남어 어휘를 부탁해

이현정, Trần Hữu Trí 지음

다락원

내게는 특별한* **베트남어 어휘**를 부탁해

지은이 이현정, Trần Hữu Trí
펴낸이 정규도
펴낸곳 (주)다락원

초판 1쇄 인쇄 2021년 3월 3일
초판 1쇄 발행 2021년 3월 15일

책임편집 이숙희, 박인경, 한지희, 이지영
디자인 윤지영, 윤미정
감수 Nguyễn Thị Hạnh Dung
일러스트 윤병철
녹음 Nguyễn Thị Minh Huy, Phạm Tiến Long,
　　　　최재호, 선은혜

🏠다락원 경기도 파주시 문발로 211
내용 문의 : (02)736-2031 내선 420~426
구입 문의 : (02)736-2031 내선 250~252
Fax : (02)732-2037
출판등록 1977년 9월 16일 제406-2008-000007호

Copyright ⓒ 2021, 이현정, Trần Hữu Trí

저자 및 출판사의 허락 없이 이 책의 일부 또는
전부를 무단 복제·전재·발췌할 수 없습니다.
구입 후 철회는 회사 내규에 부합하는 경우에 가능하므로
구입 문의처에 문의하시기 바랍니다. 분실·파손 등에
따른 소비자 피해에 대해서는 공정거래위원회에서
고시한 소비자 분쟁 해결 기준에 따라 보상 가능합니다.
잘못된 책은 바꿔 드립니다.

값 16,500원 (본책 + MP3 무료 다운로드)
ISBN 978-89-277-3258-7 13730

http://www.darakwon.co.kr
다락원 홈페이지를 방문하시면 상세한 출판 정보와 함께 MP3 자료
등 다양한 어학 정보를 얻으실 수 있습니다.

어휘를 공부하는 것은 외국어 학습의 초석을 쌓아 가는 과정입니다. 풍부한 어휘는 읽기, 쓰기, 말하기와 듣기를 통하여 외국어를 이해하는 전반적인 능력과 연결이 됩니다. 그러나 단기간에 어휘를 습득하는 것은 어렵기 때문에 꾸준한 노력과 시간을 투자하여 읽고 쓰고, 듣고 말하는 학습을 해야 실력이 향상될 수 있습니다.

"내게는 특별한 베트남어 어휘를 부탁해"는 이러한 의도를 충족시키기 위해 기획하고 구성하였습니다. 외국어 말하기 평가 시험인 OPIc의 NL부터 IH까지와 베트남어 능력 시험 TOPiV의 초급 레벨 A1부터 중급 레벨 B1을 아우르는 약 1,500개의 어휘를 선정한 후 10개의 대주제로 나누었습니다. 대주제 안에 그에 따른 소주제 항목을 나눠 과로 구성하였고, 각 과의 말미에 연습 문제를 배치하여 학습자들이 스스로 문제를 풀면서 자신의 어휘 습득 정도를 확인할 수 있도록 했습니다. 또한 표제어와 관련된 유의어, 반의어, 참고어와 관련 표현을 함께 제시하여 어휘력의 폭을 확장할 수 있도록 했습니다. 부록에는 필수적으로 알아야 하는 다양한 주제의 어휘를 정리해 학습자들이 마지막까지 알찬 내용으로 공부를 할 수 있도록 했습니다. 특히 본 교재는 각 과를 주제에 따라 독립적으로 구성하여 1과부터 한 과씩 차근히 하는 학습뿐만 아니라 흥미가 있는 주제를 먼저 선택하여 하는 학습도 가능하도록 하였습니다.

이 책을 통해 여러분의 베트남어 어휘의 폭이 넓어져 실생활에서 베트남어를 활용하는 데 도움이 되길 소망합니다.

마지막으로 베트남인의 입장에서 실생활에 실제적으로 사용되는 언어 표현과 문화 내용에 조언과 감수를 해주신 Nguyễn Thị Hạnh Dung 선생님과 학습자의 입장에서 교정, 검수를 해 주신 이지영 선생님에게 고마운 마음을 전합니다. 더불어 부족한 부분을 채워 하나의 책으로 완성될 수 있도록 꼼꼼히 살펴 주신 다락원 편집진에게 깊은 감사를 드립니다.

2021년 3월
이현정, Trần Hữu Trí

이 책은 베트남어를 배우는 초·중급 수준의 어휘집입니다. 본서에 수록된 단어는 실생활에서 자주 접하는 필수 어휘뿐 아니라 시사 어휘도 폭넓게 담고 있습니다. 이 단어들을 체계적으로 제시하기 위해 큰 주제별로 10개의 장으로 분류하고, 다시 그 안에서 과를 나누어 작은 주제별로 표제어를 제시하였습니다. 또한 제시어가 실제 구문에서 어떻게 활용될 수 있는지 보여 주는 베트남어 예문과 한국어 번역을 제시하였습니다. 표제어 아래의 항목에는 유의어, 반의어, 관용어, 파생어, 남부어와 같은 확장 어휘를 함께 실어 학습자들이 폭넓은 어휘 실력을 쌓을 수 있도록 도움을 주었습니다.

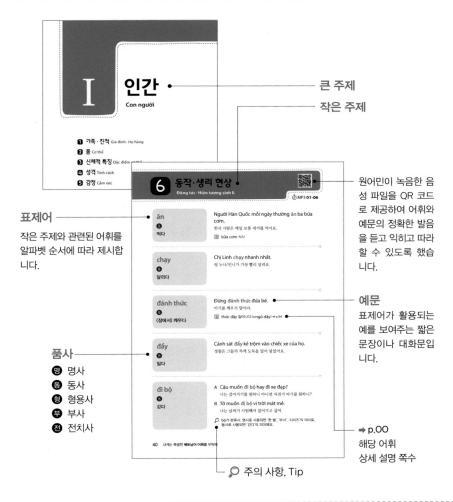

큰 주제

작은 주제

원어민이 녹음한 음성 파일을 QR 코드로 제공하여 어휘와 예문의 정확한 발음을 듣고 익히고 따라 할 수 있도록 했습니다.

표제어
작은 주제와 관련된 어휘를 알파벳 순서에 따라 제시합니다.

예문
표제어가 활용되는 예를 보여주는 짧은 문장이나 대화문입니다.

품사
명 명사
동 동사
형 형용사
부 부사
전 전치사

➡ p.00
해당 어휘 상세 설명 쪽수

🔍 주의 사항, Tip

유	유의어
반	반의어
관	관용어(제시어가 포함된 관용적 표현이나 숙어)
참	파생어 및 관련 용어
남	남부어

đợi ⓔ 기다리다	Anh ấy đã đợi bạn gái ở quán cà phê rất lâu. 그 남자는 카페에서 여자 친구를 아주 오랫동안 기다렸어요. 유 chờ đợi 기다리다
góp ý ⓔ 의견을 내다	Giáo sư góp ý về luận văn thạc sĩ của sinh viên khoa Việt Nam học. 교수님께서 베트남학과 학생의 석사 논문에 대해 의견을 내셨어요. 참 góp 모으다, 기부하다 ǀ ý 의지, 의도, 의식 ǀ ý kiến 의견
hiểu ⓔ 이해하다	Trong giờ học, giáo sư đưa ra nhiều ví dụ để sinh viên dễ hiểu nội dung bài giảng. 수업 시간에 학생들이 수업 내용을 쉽게 이해하도록 교수님이 많은 예시를 들어요.

연습 문제

연습 문제

문제 풀이를 통해 해당 과에서 배운 내용을 재확인할 수 있는 기회를 제공합니다.

연습 문제
Luyện tập

1 다음 빈칸에 알맞은 단어를 아래에 골라 쓰세요.

| cảm lạnh | ho | chóng mặt | tiêu chảy | mồ hôi |

(1) Nếu không mặc nhiều áo ấm khi đi ra ngoài, bạn sẽ dễ bị _____.

(2) Vì món ăn đó không đảm bảo vệ sinh thực phẩm nên nhiều người đã bị _____.

(3) Chảy nước mũi và _____ là dấu hiệu của bệnh cúm.

(4) Anh ấy tập thể dục liên tục trong 30 phút nên_____ chảy đầy áo.

(5) Đừng di chuyển đầu quá nhanh kẻo bị _____.

2 질병과 알맞은 약을 연결하세요.

부록 Ⅰ

● 추가 어휘

숫자, 사칙 연산, 색, 날짜 표현, 계절, 방위, 대양, 대륙, 국가, 베트남 행정 구역, 형태 등 본문에서 다룰 수 없었던 어휘를 분류하여 제시

● 분류사

명사의 의미적 속성을 알려 주고 단위 명사 역할을 하는 분류사를 예문과 함께 제시

● 속담 · 사자성어

실생활에서 사용되는 우리말과 유사한 베트남 속담 · 사자성어 제시

부록 Ⅱ

● 정답

각 과의 연습 문제 정답

● 색인

색인 ❶ 알파벳순으로 베트남어 표제어와 한국어 뜻 제시

색인 ❷ 가나다순으로 한국어와 해당 베트남어 제시

목차

I

인간

Con người

---

anh trai
명
형, 오빠

Anh trai tôi mới lập gia đình.
나의 형/오빠는 막 가정을 꾸렸어요.

참 lập gia đình 가정을 꾸리다(= kết hôn 결혼하다)

---

bà
명
할머니

Bà tôi năm nay đã 75 tuổi.
나의 할머니는 올해 75세가 되셨어요.

참 bà nội 친할머니 | bà ngoại 외할머니

---

bác
명
큰아버지, 큰어머니

Bác của tôi ở quê nuôi rất nhiều bò.
고향에 계시는 나의 큰아버지는 소를 아주 많이 기르세요.

---

bố
명
아버지

Bố tôi là giáo viên dạy tiếng Hàn.
나의 아버지는 한국어를 가르치는 선생님이에요.

참 bố chồng 시아버지 | bố vợ 장인
남 ba 아버지(= cha)

---

bố mẹ
명
부모

Bố mẹ của tôi bằng tuổi nhau.
나의 부모님은 동갑이에요.

남 ba mẹ 부모님(= cha mẹ)

con cái

(명)

자식

Không có bố mẹ nào thắng được con cái.

자식을 이기는 부모는 없어요.

참 con nuôi 양자

🔍 con은 동물을 지칭하는 분류사이기도 해요.

---

con gái

(명)

딸

Con gái tôi mới bắt đầu bò đi bò lại.

내 딸은 막 기어 다니기 시작했어요.

참 bò đi bò lại 기다

---

con trai

(명)

아들

Con trai đang học ở Việt Nam.

아들은 베트남에서 공부하고 있어요.

---

cô

(명)

고모

Cô của tôi sống chung với ông bà nội.

나의 고모는 조부모님과 함께 살아요.

---

cháu

(명)

조카

Học kì này, cháu tôi nhận được học bổng.

이번 학기에 나의 조카는 장학금을 받았어요.

🔍 '손주', '손아랫사람'이라는 의미도 있어요.

chị gái
명
누나, 언니

Chị gái tôi vừa trở thành luật sư.
나의 누나/언니는 얼마 전에 변호사가 되었어요.

chồng
명
남편

Chồng và con trai tôi giống nhau nhiều.
나의 남편과 아들은 많이 닮았어요.

chú
명
삼촌, 작은아버지

Chú tôi đang sống ở Mĩ.
나의 작은아버지는 미국에 살고 계세요.

dì
명
이모

Anh tôi trọ tại nhà của **dì** trong suốt 4 năm đại học.
나의 형/오빠는 대학 4년 내내 이모의 집에서 지냈어요.

dượng
명
이모부

Dượng cũng là giáo viên dạy tiếng Anh.
이모부도 역시 영어를 가르치는 선생님이에요.

🔍 '고모부'라는 뜻도 있어요.

em gái

명

여동생

Em gái tôi là học sinh cấp ba.

나의 여동생은 고등학생이에요.

---

em trai

명

남동생

Em trai tôi mới vào đại học.

나의 남동생은 막 대학교에 입학했어요.

참 em út 막냇동생

---

gia đình

명

가족

Gia đình tôi có 5 người.

나의 가족은 5명이에요.

---

mẹ

명

어머니

Sáng nay, tôi gọi điện cho **mẹ**.

오늘 아침 나는 어머니께 전화를 드렸어요.

참 mẹ chồng 시어머니 | mẹ vợ 장모

답 má 어머니

---

người lớn

명

어른

Cách uống rượu thì phải học từ **người lớn** trong gia đình.

술 마시는 법은 반드시 집안 어른에게 배워야 해요.

참 người cao tuổi 노인

ông
명
할아버지

Ông tôi vẫn khoẻ.
내 할아버지께서는 여전히 건강하세요.

참 ông nội 친할아버지 | ông ngoại 외할아버지

---

thím
명
작은어머니

Thím là vợ em trai của bố.
작은어머니는 아버지 남동생의 아내예요.

---

tổ tiên
형
선조, 조상

Đây là vật gia truyền qua nhiều đời của **tổ tiên** của tôi.
이것은 조상 대대로 전해 내려오는 가보예요.

참 vật gia truyền 가보

---

trẻ em
명
아이, 어린이

Trẻ em dưới 6 tuổi thì được vào cổng miễn phí.
6세 미만 어린이는 무료 입장이에요.

유 thiếu nhi 소아, 어린이

---

vợ
명
아내

Vợ tôi mang thai đã 6 tháng rồi.
내 아내는 임신한 지 6개월 되었어요.

1 다음 질문에 알맞은 답을 쓰세요.

(1) Mẹ của mẹ bạn tiếng Việt gọi là gì? _____

(2) Em trai của bố bạn tiếng Việt gọi là gì? _____

(3) Vợ em trai của bố bạn tiếng Việt gọi là gì? _____

(4) Người con trai có cùng bố mẹ với bạn nhưng
nhiều tuổi hơn bạn tiếng Việt gọi là gì? _____

2 다음에서 같은 종류의 단어가 <u>아닌</u> 것을 고르세요.

(1) ① bố   ② vợ   ③ ông   ④ chú

(2) ① chú   ② em gái   ③ chị gái   ④ anh trai

(3) ① cháu   ② bà nội   ③ bà ngoại   ④ ông ngoại

(4) ① họ hàng   ② tổ tiên   ③ gia đình   ④ hàng xóm

3 다음 빈칸에 알맞은 단어를 쓰세요.

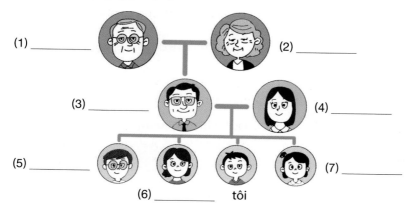

(1) _____

(2) _____

(3) _____

(4) _____

(5) _____

(6) _____ tôi

(7) _____

bàn chân
명
발

Bàn chân của anh trai tôi rất bằng phẳng.
나의 형/오빠는 평발이에요.
참 bằng phẳng 평평한, 평탄한

bàn tay
명
손

Con mèo ngửi **bàn tay** của tôi.
고양이가 내 손의 냄새를 맡았어요.

bụng
명
배, 복부

Nghe tin đó, chúng tôi ôm **bụng** mà cười.
우리는 그 소식을 듣고 배를 잡고 웃었어요.
참 tốt bụng 마음씨가 좋은 | xấu bụng 마음씨가 나쁜

cánh tay
명
팔

Cánh tay phải thường có nhiều cơ bắp hơn **cánh tay** trái.
오른팔은 보통 왼팔보다 근육이 더 많아요.
참 khoanh tay 팔짱을 끼다

cổ
명
목

Chắc tôi bị mắc xương cá ở **cổ** rồi.
목에 생선 가시가 걸린 것 같아요.
참 dây thanh âm 성대

cổ chân
명
발목

Tôi bị trật khớp **cổ chân**.
나는 발목을 삐었어요.

cổ tay
명
손목

Người mẹ đó nắm lấy **cổ tay** của con mình.
그 엄마는 자신의 아이 손목을 잡았어요.

chân
명
다리

Một ngọn sóng làm nó hụt **chân**.
파도에 다리가 빠지게 되었어요.

참 bắp đùi 허벅지

đầu
명
머리

Tôi bị đau **đầu**.
머리가 아파요.

참 đầu tiên 최초의, 처음의

đầu gối
명
무릎

Cứ trời mưa là bà nội tôi bị nhức **đầu gối**.
비가 올 때마다 (내) 할머니는 무릎이 쑤셔요.

gò má

볼, 뺨

Gò má em ấy ướt đầy nước mắt.
아이의 뺨은 눈물로 젖어 있었어요.

참 cằm 턱 | xương gò má 광대뼈

---

gót chân
명
발꿈치

Cô ấy đi bộ quá nhiều nên gót chân bị đau.
그녀는 너무 많이 걸어서 발꿈치가 아파요.

---

khuỷu tay
명
팔꿈치

Tuyển thủ tennis có rất nhiều chấn thương khuỷu tay.
테니스 선수들은 팔꿈치 부상이 많아요.

유 cùi chỏ 팔꿈치

---

lông mày
명
눈썹

Tôi có lông mày rậm.
나는 짙은 눈썹을 갖고 있어요.

---

lưng
명
등

Bạn tôi đứng sau lưng tôi.
내 친구는 내 등 뒤에 서 있어요.

참 dựa lưng 등을 기대다

mắt

눈

Tai nạn giao thông xảy ra trước **mắt** tôi.

내 눈앞에서 교통사고가 일어났어요.

관 không chớp **mắt** 눈 하나 깜박하지 않다
참 bắt **mắt** 눈에 띄다

---

mặt

명
얼굴

Khuôn **mặt** của anh ấy được nhiều người biết đến.

그의 얼굴은 잘 알려져 있어요.

참 bề **mặt** 표면

---

miệng

명
입

Chị ấy cười há **miệng**.

그녀는 입을 크게 벌리고 웃었어요.

참 khẩu vị 기호, 입맛

---

móng chân

명
발톱

Con mèo cào bằng **móng chân**.

고양이가 발톱으로 할퀴었어요.

참 cào 할퀴다

---

móng tay

명
손톱

Mẹ cắt **móng tay** cho em bé.

어머니가 아이의 손톱을 깎아 주었어요.

môi
⟨명⟩
입술

Anh ấy cắn môi và không nói gì cả.
그는 입술을 깨물고 아무 말도 하지 않았어요.

참 cắn 씹다, 깨물다

---

mông
⟨명⟩
엉덩이

Anh ấy ngã dập mông xuống đất.
그는 엉덩방아를 찧었어요.

참 ngồi phịch xuống 엉덩방아

---

mũi
⟨명⟩
코

Lúc nãy, tôi xì mũi mạnh nên hơi đau.
아까 코를 세게 풀어서 약간 아파요.

참 mũi két 매부리코

---

ngón chân
⟨명⟩
발가락

Đá bóng nhiều nên ngón chân tôi bị biến dạng.
축구를 많이 해서 발가락 모양이 달라졌어요.

---

ngực
⟨명⟩
가슴

Tôi thường đặt con chó lên ngực của tôi khi đi ngủ.
나는 잠을 잘 때 보통 강아지를 가슴 위에 올려 놓아요.

🔍 비유적으로 '가슴이 아프다'라고 할 때는 '마음'이라는 의미의 lòng 을 사용하여 đau lòng이라고 표현해요.

răng

명

치아

Em bé thường bắt đầu mọc **răng** sau 5 tháng.
아기는 보통 생후 5개월부터 이가 나기 시작해요.

참 răng khôn 사랑니 ǀ răng nanh 송곳니 ǀ răng cửa 앞니 ǀ
răng hàm 어금니 ǀ răng sữa 유치 ǀ răng vĩnh viễn 영구치

---

tai

명

귀

Tai của con trai tôi giống hệt **tai** tôi.
내 아들의 귀는 내 귀와 똑같이 생겼어요.

---

tóc

명

머리카락

Tóc tôi xoăn tự nhiên.
내 머리카락은 자연적인 곱슬머리예요.

---

trán

명

이마

Mồ hôi chảy xuống **trán** của anh trai tôi.
형/오빠 이마에 땀이 흘러내려요.

---

vai

명

어깨

Trời lạnh nên tôi co **vai** lại.
추워서 나는 어깨를 움츠렸어요.

관 sánh vai cùng ~와/과 어깨를 나란히 하다

1 다음 그림에 해당하는 단어를 아래에서 찾아 쓰세요.

| khuỷu tay | ngực | mũi | bụng | cổ chân |

(1)　　　　　(2)　　　　　(3)　　　　　(4)　　　　　(5)

(　　　) 　(　　　) 　(　　　) 　(　　　) 　(　　　)

2 다음 신체 부위와 관련 있는 물건을 서로 연결하세요.

(1) cổ　　　　　•　　　　　•　① tất

(2) tai　　　　　•　　　　　•　② nhẫn

(3) răng　　　　•　　　　　•　③ khuyên tai

(4) ngón tay　•　　　　　•　④ khăn quàng

(5) bàn chân　•　　　　　•　⑤ bàn chải đánh răng

3 다음 빈칸에 알맞은 단어를 아래에서 골라 쓰세요.

| mắt | tai | tay | răng |

(1) Phải đánh _____ sau khi ăn cơm.

(2) Trước khi ăn cơm, chúng ta phải rửa _____ .

(3) Tôi không nghe thấy gì cả vì tôi bị đau _____ .

(4) Đường phố nhiều bụi quá nên tôi bị đau _____ .

béo
형
뚱뚱한

A Trông cậu gầy nhiều!
많이 마른 것 같아 보여!

B Cậu nói gì? Tớ **béo** hơn mà.
무슨 소리야? 난 더 쪘는데.

참 chất béo 지방
남 mập 뚱뚱한

---

cao
형
키가 큰

Trong gia đình tôi, chị cả **cao** nhất.
나의 집에서 큰누나/큰언니가 가장 키가 커요.

참 chị cả 큰누나/큰언니

---

cân nặng
명
몸무게

Cân nặng của bố tôi và tôi bằng nhau.
아버지와 내 몸무게는 같아요.

---

chiều cao
명
신장, 키

Chiều cao của tôi là 1m 65.
내 키는 1m 65예요.

참 chiều sâu 깊이
🔎 '고도'라는 의미도 있어요.

---

da
명
피부

Sau khi đi nghỉ hè về, **da** tôi đen đi.
여름휴가를 다녀온 후 내 피부가 까매졌어요.

đẹp
형
아름다운

Cô Mai **đẹp** như tiên.
마이 누나/언니는 선녀처럼 아름다워요.

[참] dễ thương 귀여운 | xinh 예쁜 ➡ p.26

đẹp trai
형
잘생긴

Chàng trai đằng kia **đẹp trai** nhỉ?
저 남자 잘생기지 않았니?

[참] chàng trai 젊은 남성 | bảnh (외모를) 잘 꾸미는, 멋진 [남] (능력, 행동) 멋진, 어떤 일을 잘하는 남성)

---

gầy
형
마른

Anh ấy **gầy** hơn khi tôi gặp anh ấy.
그는 내가 만났을 때보다 더 많이 말랐어요.

[남] ốm 마른

---

già
형
늙은

Ông bà ngoại tôi không **già** đến thế.
내 외조부모님은 그렇게 늙지 않으셨어요.

🔍 아래로 내려가는 성조(`)를 위로 올라가는 성조(´)로 바꿔 giá로 쓰면 '가격'의 의미예요.

---

hói đầu
명 **형**
대머리(의)

Hói đầu có vẻ là di truyền trong nhà tôi.
대머리는 우리 집안 내력인 것 같아요.

🔍 di truyền은 '유전하다'의 의미인데, 명사, 형용사, 동사로도 쓰여요.

khoẻ mạnh
형
강한, 건강한

Ông tôi hơn 80 tuổi nhưng vẫn còn **khoẻ mạnh**.
내 할아버지는 80세가 넘으셨지만 여전히 건강하세요.

---

râu
명
턱수염

Mỗi buổi sáng, bố tôi cạo **râu** ở cằm.
아침마다 아버지는 턱수염을 깎아요.
 cạo (머리, 수염 등) 깎다

---

ria mép
명
콧수염

Dạo này, ông tôi nuôi **ria mép**.
요즘 할아버지는 콧수염을 기르세요.

---

thấp
형
키가 작은

Anh Nam **thấp** hơn anh Minh 5 cm.
남 형/오빠는 밍 형/오빠보다 키가 5cm 작아요.

---

tóc thẳng
명
직모, 생머리

Mấy hôm trước, tôi đã làm **tóc thẳng**.
며칠 전에 나는 스트레이트파마를 했어요.

tóc xoăn
명
곱슬머리, 파마

Nếu tôi làm **tóc xoăn** thì giữ kiểu được rất lâu.
나는 파마를 하면 오래 유지할 수 있어요.

---

trẻ
형
젊은

Cô giáo của tôi vẫn còn **trẻ** lắm.
나의 (여)선생님은 여전히 젊으세요.

---

xấu
형
못생긴

Con chó này không đến nỗi **xấu** lắm.
이 강아지는 그렇게 못생겨 보이지는 않아요.

---

xinh
형
예쁜

Em bé thật là **xinh**.
아이가 매우 예쁘네요.

[참] **thật** 진실로, 참, 매우

---

yếu
형
약한

Sau khi bị ốm nặng, mẹ tôi **yếu** đi.
중병이 걸리신 후에 어머니는 약해지셨어요.

[참] **bị ốm** 병을 앓다(= bị bệnh)

🔍 위로 올라가는 성조(´)를 무성조로 바꿔 yêu로 쓰면 '사랑하다'의
의미예요. ➡ p.38

1 서로 반대되는 말끼리 연결하세요.

(1) trẻ •

(2) cao •

(3) béo •

(4) đẹp •

(5) yếu •

• ① gầy

• ② già

• ③ xấu

• ④ thấp

• ⑤ khoẻ

2 다음에서 같은 종류의 단어가 <u>아닌</u> 것을 고르세요.

(1) ① xinh　② đẹp trai　③ xấu gái　④ râu

(2) ① tóc xoăn　② nặng　③ tóc thẳng　④ ria mép

(3) ① hói đầu　② chiều cao　③ cân nặng　④ chiều sâu

(4) ① già　② gầy　③ da　④ yếu

(5) ① râu　② ria mép　③ mập　④ tóc

(6) ① xấu　② già　③ béo　④ hói đầu

3 다음 질문에 알맞은 답을 연결하세요.

(1) Chị ấy trông thế nào? •

(2) Anh ấy cao bao nhiêu? •

(3) Bạn thích kiểu tóc nào? •

(4) Anh nặng bao nhiêu? •

(5) Cậu làm tóc xoăn ở đâu •
vậy?

• ① 1m 79.

• ② Tôi thích tóc thẳng.

• ③ Chị ấy vừa cao vừa xinh.

• ④ 70kg.

• ⑤ Mình làm ở quán cắt tóc
gần nhà.

🔊 MP3 **01-04**

---

cẩn thận
형
(~에) 주의 깊은

Em ấy thường hành động vội vàng, không nghĩ **cẩn thận**.
그 아이는 주의 깊게 생각하지 않고 서둘러 행동해요.

유 kĩ 신중한
참 tỉ mỉ 세밀한, 상세히

---

chăm chỉ
형
부지런한, 열심히 하는

Cô Mai vừa có tài vừa **chăm chỉ**.
마이 씨는 재능이 있으면서 부지런해요.

유 cần cù 열심인 ǀ siêng năng 근면한

---

dũng cảm
형
용감한

Hành động **dũng cảm** của em ấy trở thành tấm gương cho mọi người.
그 아이의 용감한 행동은 모든 사람의 모범이 되었어요.

---

hèn nhát
형
비겁한

Việc ấy chứng tỏ anh ấy rất **hèn nhát**.
그 일은 그가 매우 비겁하다는 것을 증명해요.

유 đê tiện 비겁한

---

hiền lành
형
착한, 선량한

Bạn Yu-na vừa **hiền lành** vừa xinh đẹp.
유나는 착하고 아름다워요.

---

hớn hở

명랑한, 싱글벙글한

Sắp được đi chơi nên em ấy rất **hớn hở**.

곧 놀러 가게 되어서 그 아이는 요즘 싱글벙글이에요.

ích kỉ

이기적인

Tôi mất cảm tình với hành động **ích kỉ** của bạn ấy.

나는 그 친구의 이기적인 행동에 정떨어졌어요.

참 mất cảm tình 정떨어지다

khiêm tốn

겸손한

Cô ấy **khiêm tốn** nhận lỗi của mình.

그녀는 겸손하게 잘못을 인정했어요.

유 khiêm nhường 겸손하고 양보할 줄 아는
반 ngạo mạn 오만한, 건방진

khó tính

까다로운, 완고한

Bố tôi là một người rất **khó tính**.

나의 아버지는 매우 완고한 분이세요.

반 dễ tính 차분한, 편한 성격의

lười

게으른

Anh ấy vẫn **lười** như xưa.

그는 예전처럼 여전히 게을러요.

유 lười biếng 게으른, 나태한

nói nhiều
형
수다스러운, 말이 많은

Cứ gặp bạn trai là cô ấy **nói nhiều**.
그녀는 남자 친구를 만나면 말이 많아져요.

---

rộng lượng
형
너그러운, 관대한

Bố mẹ luôn luôn **rộng lượng** với con cái.
부모는 항상 자식에게 관대해요.

유 khoan dung 너그러운

---

thẳng thắn
형
솔직한, 정직한

Muốn được tin tưởng thì phải nói một cách **thẳng thắn**.
신용을 얻고 싶다면 반드시 정직하게 말을 해야 해요.

참 tin tưởng 믿다, 신뢰하다

---

thận trọng
형
신중한

Hãy hành động một cách **thận trọng**.
신중하게 행동하라.

유 cẩn trọng 신중한
참 chu đáo 주도면밀한, 주도적인

---

thông minh
형
똑똑한

Anh ấy không chỉ **thông minh** mà còn đẹp trai nữa.
그는 똑똑할 뿐 아니라 잘생겼어요.

tích cực

적극적인

Bố mẹ tôi ủng hộ tích cực ý kiến của tôi.
부모님은 내 의견에 적극 동조하셨어요.

---

tiêu cực

소극적인

Cô ấy luôn tiêu cực với mọi việc.
그녀는 항상 모든 일에 소극적이에요.

---

tính cáu kỉnh

신경질

Anh ta có tính cáu kỉnh.
그는 신경질적이에요.

유 gắt gỏng 쏘아붙이다, 성질을 부리다
참 cáu kỉnh 성난, 화난

---

tính nhẫn nại

인내심

Bố mẹ học tính nhẫn nại khi nuôi dạy con cái.
부모는 아이를 키우며 인내심을 배워요.

유 tính chịu đựng 참을성 | tính kiên nhẫn 인내심
참 nhẫn nại 참다, 견디다

---

tính tò mò

호기심

Quyển sách này gợi tính tò mò cho độc giả.
이 책은 독자의 호기심을 자극해요.

유 tính hiếu kì 호기심

trang trọng
⑱
정중한, 의젓한

Họ được tiếp đón một cách **trang trọng**.
그들은 정중하게 대접을 받았어요.
㉠ lễ phép 공손한 | long trọng 예우하는

---

tùy tiện
⑱
경솔한, 제멋대로인

Anh ấy nói năng **tùy tiện**.
그는 경솔하게 말을 해요.
㉢ bừa bãi 무질서한

---

tư chất
⑲
자질

Cậu đủ **tư chất** làm giáo viên.
너는 선생님이 될 자질이 충분해.
㉠ tư 자격, 자질

---

tử tế
⑱
친절한

Anh ấy luôn luôn đối xử **tử tế** với tôi.
그는 항상 나에게 친절히 대해요.
㉠ thân thiện 친절한

---

vững vàng
⑱
단호한

Anh ấy thể hiện ý chí **vững vàng**.
그는 굳은 의지를 표명했어요.
㉠ mạnh mẽ 강력한

1 다음 그림에 해당하는 단어를 연결하세요.

(1)   (2)  (3)   (4)

•　　　　　•　　　　　•　　　　　•

•　　　　　•　　　　　•　　　　　•

① lười　　② chăm chỉ　　③ vui vẻ　　④ hiền lành

2 다음 단어의 반의어를 쓰세요.

(1) tích cực　　↔　_____

(2) dũng cảm　　↔　_____

(3) thận trọng　　↔　_____

(4) rộng lượng　　↔　_____

3 밑줄 친 단어와 유사한 의미의 단어를 고르세요.

(1) Anh ấy là người rất <u>rộng lượng</u>.

① ích kỉ　　② ghen tị　　③ thẳng thắn　　④ khoan dung

(2) Tôi không thích người có tính <u>tò mò</u>.

① tỉ mỉ　　② hiếu kì　　③ cáu kỉnh　　④ hèn nhát

(3) Giám đốc công ti ấy là người có tính <u>chịu đựng</u>.

① tử tế　　② hớn hở　　③ nhẫn nại　　④ ngạo mạn

bình tĩnh
형
침착한, 냉정한

Anh ấy luôn suy nghĩ một cách **bình tĩnh** trước khi nói.

그는 말하기 전에 항상 침착하게 생각해요.

반 nông nổi 덤벙대다

---

buồn
형
슬픈

Tôi **buồn** đến mức không thể khóc được.

나는 눈물도 안 나올 정도로 슬펐어요.

참 nỗi buồn 슬픔

---

cảm động
동
감동하다, 감동받다

Lời nói của bạn ấy làm tôi **cảm động**.

그 친구의 말에 나는 감동을 받았어요.

참 xúc động 감동, 감명, 감격하다

---

căng thẳng
동
긴장하다

Khi ôn thi, tôi thường nghe nhạc cho bớt **căng thẳng**.

나는 보통 시험공부할 때 긴장을 덜 하기 위해서 음악을 들어요.

반 được giải toả 풀어지다, 마음에 맺힌 것이 해결되다

---

cười
동
웃다

Chị ấy vừa **cười** vừa nói.

그녀는 말하면서 웃어요.

참 nụ cười 웃음, 미소

🔍 아래로 내려가는 성조(ˋ)가 위로 올라가는 성조(ˊ)로 바뀌어 cưới로 쓰면 '결혼하다'의 의미예요.

chán

 형

심심한, 지루한

Hôm nay, tôi ở nhà cả ngày nên cảm thấy rất **chán**.

오늘 나는 하루 종일 집에만 있어서 지루함을 느꼈어요.

유 **buồn chân buồn tay** 지루한, 슬픈

반 **thú vị** 흥미로운 ➡ p.37

---

chịu đựng

 동

참다

Tôi không thể **chịu đựng** cử chỉ thô lỗ của em ấy được.

나는 그 아이의 무례한 행동을 더 이상 참을 수 없어요.

참 **dễ chịu** 견디기 쉬운, 쾌적한 | **khó chịu** 견디기 어려운, 불편한

---

ghen tị

 동

질투하다, 부러워하다

Người **ghen tị** với thành công của người khác thì sẽ không thể thành công được.

다른 사람의 성공을 질투하는 사람은 성공하지 못할 거예요.

참 **lòng đố kị** 질투심

낮 **ganh tị** 질투하다, 부러워하다

---

ghét

 동

싫어하다

Tôi **ghét** môn Toán nhất.

나는 수학을 가장 싫어해요.

관 **ghét cay ghét đắng** 무척 싫어하다

---

hài lòng

 동

만족하다

Tôi rất **hài lòng** với cuộc sống hiện tại.

나는 현재 생활에 매우 만족해요.

유 **mãn nguyện** 소원 성취 하다 | **vừa ý** 마음에 들다 (낮 **ưng ý**)

참 **sự hài lòng** 만족

hạnh phúc
형
행복한

Tôi **hạnh phúc** mỗi khi gặp cô Mai.
나는 마이 선생님을 만날 때마다 행복해요.
반 **bất hạnh** 불행한

hối hận
동
후회하다

Tôi **hối hận** về việc nói xấu bạn Linh.
나는 링에 대해 험담한 것을 후회해요.
유 **hối tiếc** 아쉬워하다, 후회하다

khóc
동
울다

Cô ấy đã **khóc** vì được gặp thần tượng của mình.
그녀는 자신이 좋아하는 아이돌을 만나서 울었어요.
참 **buồn rầu** 우울하다, 슬프다

lo lắng
동
걱정하다

Ngày mai có bài thi mà em ấy không **lo lắng** gì cả.
내일이 시험인데 그 아이는 아무것도 걱정하지 않아요.
반 **bình thản** 태평한, 평탄한

ngạc nhiên
동
놀라다

Tôi **ngạc nhiên** vì món ăn đó ngon ngoài sức tưởng tượng.
나는 그 음식이 상상 이상으로 맛있어서 놀랐어요.
유 **bối rối** 당황하다, 번잡하다

sợ
동
두려워하다

Tôi **sợ** làm phiền bạn.
내가 너에게 폐를 끼칠까 두려워.

유 lo ngại 염려하다

---

thất vọng
형
실망한

Anh ấy có vẻ hơi **thất vọng**.
그는 다소 실망한 기색이었어요.

반 mong đợi 기대하다

---

thích
동
좋아하다

Tôi **thích** xem phim Việt Nam.
나는 베트남 영화 보는 것을 좋아해요.

유 ưa thích 선호하다, 좋아하다
남 ưng 좋아하다, 마음에 들다

---

thú vị
형
흥미로운

Tuy học tiếng Việt không dễ nhưng rất **thú vị**.
베트남어 공부는 쉽지 않지만 매우 흥미로워요.

---

tiếc
동
아쉬워하다

Tôi rất **tiếc** không thể đến tiệc tân gia của bạn ấy được.
나는 그 친구의 집들이에 갈 수 없어서 매우 아쉬웠어요.

참 sự nuối tiếc 아쉬움

tuyệt vọng
동
절망하다

Bố tôi đứng lên từ **tuyệt vọng** để cứu gia đình tôi.
나의 아버지는 가족을 살리기 위해 절망을 딛고 일어섰어요.

반 hi vọng 희망하다

---

tức giận
동
화나다

Lời nói dối của con làm cho mẹ **tức giận**.
아이의 거짓말은 엄마를 화나게 했어요.

유 bực mình 분하다, 짜증나다

---

vui
형
기쁜

Hôm nay là ngày **vui** nhất trong đời mình.
오늘은 내 생애에서 가장 기쁜 날이에요.

참 niềm vui 기쁨

---

xấu hổ
동
창피하다

Cậu làm việc xấu mà không thấy **xấu hổ** à?
너는 나쁜 일을 했는데 창피하지 않니?

반 tự hào 자랑스럽다
님 mắc cỡ 수줍어하는, 창피해하는

---

yêu
동
사랑하다

Anh ta **yêu** cún cưng như **yêu** con cái của mình.
그는 자신의 자식처럼 반려견을 사랑해요.

유 yêu thương 애정하다, 사랑하다

연습 문제
Luyện tập

1 다음 빈칸에 알맞은 단어를 아래에서 골라 쓰세요.

hài lòng	ghét	hối hận	ngạc nhiên

(1) Tôi _____ những người nói dối.

(2) Cô ấy rất _____ vì đã không học chăm chỉ.

(3) Tôi _____ về cô ấy. Bây giờ cô ấy đã thay đổi nhiều quá.

(4) Công việc mới của tôi rất tốt. Tôi thấy rất _____ với công việc mới của mình.

2 다음 빈칸에 알맞은 단어를 아래에서 골라 쓰세요.

nhớ	vui	thích	buồn	lo lắng

(1) Cả gia đình cô ấy ai cũng _____ đi du lịch biển.

(2) Chị tôi luôn luôn _____ cho tôi khi tôi đi du học ở nước ngoài.

(3) Ai cũng có những lúc _____, những lúc _____ trong cuộc sống.

(4) Mỗi khi xa quê hương, tôi đều _____ những hàng cây xanh ở cánh đồng gần nhà bà ngoại.

3 반의어끼리 연결된 것이 <u>아닌</u> 것을 고르세요.

(1) ① nhớ   ↔   quên
    ② khóc   ↔   cười
    ③ tuyệt vọng   ↔   hi vọng
    ④ tức giận   ↔   căng thẳng

(2) ① yêu thương ↔ ghét
    ② ngạc nhiên ↔ bất ngờ
    ③ hạnh phúc ↔ bất hạnh
    ④ tự hào   ↔ xấu hổ

6 동작·생리 현상
Động tác · Hiện tượng sinh lí

🎵 MP3 **01-06**

ăn
동
먹다

Người Hàn Quốc mỗi ngày thường **ăn** ba bữa cơm.
한국 사람은 매일 보통 세끼를 먹어요.

참 **bữa cơm** 식사

---

chạy
동
달리다

Chị Linh **chạy** nhanh nhất.
링 누나/언니가 가장 빨리 달려요.

đánh thức
동
(잠에서) 깨우다

Đừng **đánh thức** đứa bé.
아기를 깨우지 말아라.

참 **thức dậy** 일어나다(= ngủ dậy) ➡ p.94

đẩy
동
밀다

Cảnh sát **đẩy** kẻ trộm vào chiếc xe của họ.
경찰은 그들의 차에 도둑을 밀어 넣었어요.

đi bộ
동
걷다

A Cậu muốn **đi bộ** hay đi xe đạp?
너는 걸어가기를 원하니 아니면 자전거 타기를 원하니?

B Tớ muốn **đi bộ** vì trời mát mẻ.
나는 날씨가 시원해서 걸어가고 싶어.

🔍 bộ가 분류사, 명사로 사용되면 '한 벌', '부서', '시리즈'의 의미로, 동사로 사용되면 '걷다'의 의미예요.

đọc
동
읽다

Trước khi đi ngủ, tôi thường **đọc** tạp chí kinh tế.
자러 가기 전에 나는 보통 경제 잡지를 읽어요.

[참] tạp chí 잡지 ➡ p.216

đói
형
배고픈

Tôi quá bữa, không thấy **đói** nữa.
나는 식사 때를 놓쳐서 더 이상 배고프지 않아요.

[참] thấy 보다, 느끼다, 생각하다 ➡ p.49

đứng
동
서다

Tôi đã **đứng** chờ cô ấy hơn 1 tiếng rồi.
나는 한 시간 이상 서서 그녀를 기다렸어요.

[참] vé đứng 입석표 | nhấc lên 일으키다, 들썩하다

---

gào
동
소리 지르다

Đứa trẻ **gào** lên đòi thức ăn vì quá đói.
아이는 배가 너무 고파서 음식을 달라고 소리를 질렀어요.

[유] gào thét 고함치다
[관] kêu gào bi thảm 아비규환

---

gõ
동
두드리다

Tôi đã nhờ mẹ là sáu giờ sáng mai **gõ** cửa gọi tôi dậy.
나는 엄마에게 내일 아침 6시에 문을 두드려서 나를 깨워 달라고 부탁했어요.

[참] bảo 알리다, 통보하다, 말하다

hôn

키스하다

Cô ấy **hôn** lên trán em bé.
그녀는 아기의 이마에 키스를 했어요.

---

nằm

눕다

Chúng tôi vươn cả hai tay **nằm** trên thảm cỏ.
우리는 양팔을 쭉 뻗고 잔디밭에 누웠어요.

---

nói

말하다

Bạn ấy thường **nói** nhanh.
그 친구는 보통 말을 빨리 해요.

참 nói nước đôi 말을 모호하게 하다 | nói chậm 말을 천천히 하다

---

ngã

넘어지다

Em ấy bị **ngã** xe đạp mà không có việc gì xảy ra.
그 아이가 자전거에서 넘어졌지만 별일은 없었어요.

참 đổ 붓다, 쏟다 → p.131
남 té 넘어지다, 쓰러지다

---

ngồi

앉다

Anh tôi đang **ngồi** đọc sách.
나의 형/오빠는 앉아서 책을 읽고 있어요.

ngủ
동
자다

Thường ngày, tôi đi **ngủ** sớm hơn.
평일에 나는 더 일찍 자러 가요.

---

ngửi
동
냄새 맡다

Tôi **ngửi** thấy có cái gì khét.
나는 무언가 타는 냄새를 맡았어요.

---

nghe
동
듣다

Tôi vừa **nghe** nhạc vừa viết thư.
나는 음악을 들으면서 편지를 써요.

---

nhảy lên
동
뛰어오르다, 날뛰다

Nghe tin thi đỗ của con gái, bố mẹ **nhảy lên** vì vui.
딸의 합격 소식을 듣고 부모님은 기뻐서 뛰어올랐어요.

ôm
동
포옹하다, 안다

Em bé được **ôm** trong lòng mẹ.
아이가 엄마 품에 안겨 있어요.
참 lòng 품, 마음, 가슴

sờ
동
만지다

Nó không **sờ** vào thức ăn.
그는 음식에 손도 대지 않았어요.

[참] thức ăn 음식
[남] đụng 건드리다

---

thở
동
숨 쉬다

Tôi **thở** hổn hển khi lên tới đỉnh núi.
나는 산 정상에 올라 가쁜 숨을 내쉬었어요.

[참] sự thở ra 날숨 | sự hít vào 들숨

---

uống
동
마시다

A Ông muốn **uống** trà hay cà phê?
할아버지는 차를 마시기 원하세요 아니면 커피를 마시기 원하세요?

B Tôi muốn **uống** trà xanh nóng.
따뜻한 녹차를 마시고 싶어.

---

vỗ tay
동
박수 치다

Khán giả **vỗ tay** hoan hô.
관중들은 박수 치며 환호했어요.

[관] tiếng vỗ tay như sấm 우레와 같은 박수

---

xem
동
보다

Cuối tuần này, chúng ta đi **xem** phim nhé!
이번 주말에 우리 영화 보러 가자!

[참] nhìn (목적 없이 보이는 것을) 보다 | ngắm 주시하다, 감상하다
🔍 coi는 '~처럼 여기다'의 의미지만 남부에서는 '보다'의 의미로 사용하기도 해요.

1 다음 그림에 해당하는 단어를 연결하세요.

(1) 　　(2) 　　(3) 　　(4)

• 　　　　• 　　　　• 　　　　•

• 　　　　• 　　　　• 　　　　•

① ngồi　　　② ngửi　　　③ chạy　　　④ uống

2 다음에서 같은 종류의 동사가 <u>아닌</u> 것을 고르세요.

(1) ① gào　　　② nói　　　③ nghe　　　④ kêu

(2) ① xem　　　② ngắm　　　③ nhìn　　　④ vỗ tay

(3) ① ăn　　　② nằm　　　③ thở　　　④ uống

(4) ① ôm　　　② đi bộ　　　③ chạy　　　④ nhảy lên

3 다음 빈칸에 알맞은 동사를 아래에서 골라 쓰세요.

đói	đánh thức	sờ	nằm

(1) Đừng _____ vào bất kì cái gì ở đây.

(2) Mẹ tôi thường _____ tôi dậy lúc 7 giờ sáng.

(3) Sáng nay, tôi chưa ăn sáng nên bây giờ tôi rất _____.

(4) Nó rất lười biếng, ngày nghỉ nó chỉ _____ trên giường.

7 정신 활동

Hoạt động tinh thần

🎧 MP3 **01-07**

---

biết

알다

Đồng nghiệp công ti hiện tại đều **biết** sở thích bơi lội của tôi.

현재의 회사 동료들은 내 취미가 수영이라는 것을 다 알고 있어요.

참 hiểu biết 인식하다

🔍 올라가는 성조(´)가 강하게 내려 끊는 성조(.)로 바뀌어 biệt으로 쓰면 '떠나다'의 의미예요.

---

dạy

가르치다

Mẹ **dạy** cho con gái cách nấu món bún chả.

어머니가 딸한테 분짜를 요리하는 방법을 가르쳐 주었어요.

유 giảng dạy 가르치다, 수업하다

남 chỉ 알려 주다, 가르치다

đợi

기다리다

Anh ấy đã **đợi** bạn gái ở quán cà phê rất lâu.

그 남자는 카페에서 여자 친구를 아주 오랫동안 기다렸어요.

유 chờ đợi 기다리다

---

góp ý

의견을 내다

Giáo sư **góp ý** về luận văn thạc sĩ của sinh viên khoa Việt Nam học.

교수님께서 베트남학과 학생의 석사 논문에 대해 의견을 내셨어요.

참 góp 모으다, 기부하다 | ý 의지, 의도, 의식 | ý kiến 의견

---

hiểu

이해하다

Trong giờ học, giáo sư đưa ra nhiều ví dụ để sinh viên dễ **hiểu** nội dung bài giảng.

수업 시간에 학생들이 수업 내용을 쉽게 이해하도록 교수님이 많은 예시를 줬어요.

참 tìm hiểu 고찰하다, 알아보다

---

46 내게는 특별한 **베트남어 어휘를** 부탁해

học

배우다

Cô ấy đang **học** tiếng Anh ở trung tâm ngoại ngữ.

그녀는 어학원에서 영어를 공부하고 있어요.

유 **học hành** 배우다, 학문하다
참 **học kì** 학기

---

mong muốn

소망하다

Năm mới, mọi người luôn **mong muốn** bình an,
sức khoẻ và may mắn đến cho bản thân và gia
đình.

새해가 되자 사람들은 자신과 가족의 평안, 건강, 행운을 소망했
어요.

유 **hi vọng** 희망하다

---

nghĩ

생각하다

Em gái tôi đang **nghĩ** xem nên đi đâu vào cuối
tuần.

내 여동생은 주말에 어디를 가야 할지 생각하고 있어요.

🔍 무성조 nghi는 '의심하다', 낮은음에서 중간 음으로 올렸다 다시 낮
은음으로 내리는 성조(ˀ)인 nghỉ는 '쉬다'의 의미예요.

---

nghiên cứu

연구하다

Các nhà khoa học đang **nghiên cứu** về ảnh hưởng
của ô nhiễm môi trường đến hệ sinh thái Bắc cực.

과학자들은 환경 오염이 북극 생태계에 미치는 영향에 대해 연구
하고 있어요.

참 **khảo sát** ~을/를 조사하다, 검사하다 | **nghien cứu sinh** 연구생,
박사 연구생 ➡ p.294

---

nhầm lẫn

혼동하다

Bố mẹ cũng thường **nhầm lẫn** tên của các cặp
anh chị em song sinh.

부모도 쌍둥이 형제자매의 이름을 자주 혼동해요.

유 **lầm** 잘못 알다

nhớ

기억하다

Bạn thân của tôi luôn **nhớ** ngày sinh nhật của bạn bè xung quanh và mua quà tặng.

나의 친한 친구는 항상 주변 친구들의 생일을 기억하고 선물을 사요.

🔍 아래로 내려가는 성조(`)인 nhờ는 '부탁하다'의 의미이고, 높은음에서 짧고 빠르게 내렸다가 더 높은음으로 올라가는 성조(˜)인 nhỡ는 '놓치다'의 의미예요.

---

phát hiện

발견하다

Một người nông dân tình cờ **phát hiện** cổ vật khi đang đào đất trên cánh đồng.

한 농부가 밭에서 땅을 파다가 우연히 골동품을 발견했어요.

[반] giấu 숨기다

---

quan tâm

관심을 갖다

Nhiều sinh viên Việt Nam học ở khoa tiếng Hàn rất **quan tâm** đến văn hoá dân gian Hàn Quốc.

한국어과에서 공부하는 많은 베트남 대학생들은 한국 민속 문화에 큰 관심을 가져요.

[관] quan tam đến~: ~에 관심을 갖다
[참] điều quan tâm 관심사

---

quên mất

잊어버리다

Tôi **quên mất** là hôm nay phải đi khám sức khoẻ định kì.

나는 오늘 정기 건강 검진을 해야 한다는 것을 잊어버렸어요.

[유] quên 잊다
🔍 quen은 '친하게 되다', '알다'의 의미예요.

---

quyết định

결정하다

Hoa **quyết định** sẽ đi du học Úc vào năm sau.

호아는 내년에 호주에서 유학하기로 결정했어요.

[참] quyết tâm 결심하다

suy đoán

추측하다

Cảnh sát đang điều tra và **suy đoán** nguyên nhân tử vong của nạn nhân vụ bắt cóc ngày hôm qua.

경찰이 어젯밤 납치 사건 피해자의 사망 원인을 추측하며 조사하고 있어요.

유 đoán bừa 넘겨짚다

thấy

느끼다

Dạo này Lâm luôn **thấy** hạnh phúc vì được thực hành tiếng Pháp mỗi ngày.

요즘 럼은 매일 프랑스어를 연습할 수 있어서 (항상) 행복을 느껴요.

유 cảm thấy 느끼다
참 thực hành 실천하다, 실행하다, 연습하다

tìm

찾다

A Bạn đang **tìm** sách gì vậy?
너는 어떤 책을 찾고 있어?

B Mình đang **tìm** sách về kinh tế.
나는 경제에 관한 책을 찾고 있어.

tinh thần

정신

Tinh thần yêu nước là giá trị cơ bản trong hệ tư tưởng của dân tộc Việt Nam.

애국정신은 베트남 민족 이데올로기의 기본적인 가치예요.

참 suy nghĩ 생각

tưởng tượng
동
상상하다

Em trai tôi đang **tưởng tượng** về món quà Giáng sinh năm nay.

내 남동생은 올해 크리스마스 선물을 상상하고 있어요.

유 hình dung 마음 속으로 떠올리다 | mường tượng 생각, 상상이 떠오르다
참 Giáng sinh 크리스마스 ➡ p.274

1 다음 빈칸에 알맞은 단어를 아래에서 골라 쓰세요.

| nhớ | quên mất | tưởng tượng |

(1) Mỗi khi đi xa, tôi rất _____ gia đình.

(2) Tôi đã _____ địa chỉ của công ti ấy.

(3) Vịnh Hạ Long to và đẹp hơn _____ của tôi.

2 다음 질문에 알맞은 답을 연결하세요.

(1) Bạn đã đợi mình lâu chưa? •

(2) Xin lỗi, anh tìm sách gì ạ? •

(3) Vì sao em quyết định học tiếng Việt? •

(4) Chị có quan tâm đến âm nhạc Việt Nam không? •

• ① Vì em muốn làm việc ở Việt Nam.

• ② Ít nhất là 15 phút rồi.

• ③ Có chứ. Tôi rất thích nghe dân ca Việt Nam.

• ④ À, tôi muốn mua một quyển từ điển Việt - Hàn.

3 다음 글을 읽고 질문에 답하세요.

Minh là bạn tôi. Năm nay, cô ấy 42 tuổi. Cô ấy đã lập gia đình và có hai con gái. Chồng Minh là nhân viên của một công ti nhà nước. Con gái thứ nhất năm nay 10 tuổi và thích tìm hiểu về điện ảnh. Con gái thứ hai mới 7 tuổi nhưng rất thích học tiếng Anh và khám phá các loại xe ô tô.

(1) Gia đình Minh có mấy người?

_____

(2) Hiện nay, chồng Minh đang làm việc ở đâu?

_____

(3) Con gái thứ hai ít hơn con gái thứ nhất mấy tuổi?

_____

bệnh sốt rét
명
말라리아

Trước khi đi du lịch châu Phi, khách du lịch phải tiêm phòng **bệnh sốt rét**.

아프리카 여행을 하기 전에 여행객은 반드시 말라리아 예방 접종을 해야 해요.

참 tiêm 주사를 맞다 | phòng bệnh 예방하다

bệnh tiểu đường
명
당뇨

Anh ấy đã bị mù mắt bên phải vì biến chứng của **bệnh tiểu đường**.

그는 당뇨 합병증으로 오른쪽 눈이 실명됐어요.

참 biến chứng 합병증

bệnh trầm cảm
명
우울증

Gần đây, ở Việt Nam ngày càng có nhiều người trẻ bị **bệnh trầm cảm**.

최근 베트남에서 우울증에 걸린 젊은이의 수가 증가했어요.

유 thuốc an thần 진정제

bệnh viêm phổi
명
폐렴

Sau khi xét nghiệm và chụp X-quang, chị ấy được chẩn đoán mắc **bệnh viêm phổi**.

검사와 엑스레이 촬영 후 그녀는 폐렴으로 진단받았어요.

참 X-quang 엑스레이

bị bỏng
동
화상 입다

Tôi đã **bị bỏng** nặng ở cánh tay trong khi đang nấu ăn.

요리를 하고 있었을 때 팔에 크게 화상을 입었어요.

유 bị phỏng 화상 입다

bị cảm
동
감기에 걸리다

Cháu tôi ho liên tục vì **bị cảm**.
조카가 감기에 걸려 계속 기침을 해요.

참 bệnh cảm 감기 | cảm cúm 독감(= cúm)

bó bột
명
깁스

Tôi bị ngã ở cầu thang nên phải **bó bột** ở cánh tay phải.
나는 계단에서 넘어져서 오른쪽 팔에 깁스를 해야 했어요.

cảm lạnh
명
오한

Tôi bị sốt cao và **cảm lạnh** do bị dính nước mưa.
나는 빗물에 젖어 고열과 오한에 시달렸어요.

유 cảm hàn 오한

cao huyết áp
명
고혈압

Bố tôi uống thuốc hàng ngày vì bị bệnh **cao huyết áp**.
아버지는 고혈압으로 매일 약을 복용하세요.

반 huyết áp thấp 저혈압

co giật
명
발작

Bệnh nhân động kinh có thể đột nhiên bị **co giật** nên phải luôn cẩn thận.
뇌전증 환자들은 갑자기 발작을 일으킬 수 있어 항상 조심해야 해요.

chảy máu

출혈

Tôi bị đứt tay khi dọn dẹp các mảnh vỡ thuỷ tinh nên bị **chảy máu** nhiều.

깨진 유리잔을 치우다 베였는데 출혈이 심해요.

유 xuất huyết 출혈
반 cầm máu 지혈

---

chóng mặt

어지럼증

Bạn nên ngồi nghỉ một lúc nếu bị **chóng mặt**.

어지럼증이 있을 때는 잠시 휴식을 취하는 게 좋아요.

---

dị ứng

알레르기

Anh ấy bị **dị ứng** hải sản.

그는 해산물 알레르기가 있어요.

đau bụng

배탈

Hôm qua, anh ấy ăn gỏi cá sống không tươi nên bị **đau bụng**.

어제 그는 신선하지 않은 생선회를 먹고 배탈이 났어요.

đau đầu
명
두통

Cô ấy bị **đau đầu** kinh niên.

그녀는 만성 두통이 있어요.

유 nhức đầu 두통

đau răng 명 치통	Tôi bị sưng má bên trái vì bị **đau răng** nghiêm trọng. 심한 치통으로 인해 왼쪽 뺨이 부었어요. 유 nhức răng 치통
đột quỵ 명 뇌졸중	Sau khi bà bị ngã vì **đột quỵ**, việc vận động cơ thể trở nên khó khăn. 할머니는 뇌졸중으로 쓰러지신 후 움직임이 불편하게 되셨어요. 유 tai biến mạch máu não 뇌졸중
gãy xương 명 골절	Tôi đang đi xe đạp thì bị ngã nên bị **gãy xương** cổ chân trái. 자전거를 타다 넘어져 왼쪽 발목이 골절됐어요. 참 trẹo 삐다
gây mê 명 마취	Tôi cảm thấy rất đau khi tỉnh dậy từ đợt **gây mê** sau phẫu thuật. 나는 수술 후 마취에서 깨자 큰 통증을 느꼈어요.
hen suyễn 명 천식	Em gái tôi bị **hen suyễn** nên thường đến bệnh viện. 내 동생은 천식을 앓고 있어서 자주 병원에 가요.

hiến máu

헌혈

Bệnh viện Hà Nội đang tìm người **hiến máu** có nhóm máu B Rh-.

하노이 병원에서 Rh-B형 헌혈할 사람을 찾고 있어요.

[참] máu 피(= huyết) | nhóm máu 혈액형

🔍 베트남에서는 Rh-B형을 우리와 다르게 B Rh-로 표기하여 발음해요.

---

ho

기침

Ông ấy **ho** trong 10 ngày liên tục nên phải đi xét nghiệm bệnh lao.

그는 열흘 동안 계속 기침을 해서 결핵 검사를 해야 했어요.

[참] xét nghiệm 검사하다

---

hô hấp nhân tạo

인공호흡

Nhân viên cấp cứu cố gắng **hô hấp nhân tạo** để cứu sống bệnh nhân.

구급대원이 환자를 살리기 위해 인공호흡을 시도했어요.

---

kiểm tra sức khoẻ

건강 검진

Cách tốt nhất để phòng ngừa ung thư là **kiểm tra sức khoẻ** định kì.

암을 예방하는 가장 좋은 방법은 정기적으로 건강 검진을 받는 것이에요.

---

khoa mắt

안과

Tôi bị mụn lẹo mắt nên đến **khoa mắt**.

나는 눈에 다래끼가 나서 안과에 갔어요.

[참] mụn lẹo mắt 다래끼

khoa nội
명
내과

Bệnh viện đại học này nổi tiếng về **khoa nội**.
이 대학 병원은 내과가 유명해요.

---

khoa ngoại
명
외과

Chị tôi đang làm việc trong **khoa ngoại** của bệnh viện Vinmec.
나의 언니는 빈맥병원의 외과에서 근무하고 있어요.

---

khoa nhi
명
소아과

Tôi đưa cháu đến **khoa nhi** để tiêm phòng.
나는 조카를 데리고 예방 접종을 하러 소아과에 갔어요.

 tiêm phòng 예방 접종

---

lâm bồn
동
분만하다

Cô ấy được nhập viện vào khoa sản để **lâm bồn** vì sắp đến ngày dự sinh.
그녀는 예정일이 다가와 분만을 위해 산부인과에 입원했어요.

 sinh nở 출산하다
 ngày dự sinh 출산 예정일 | khoa sản 산부인과

---

mồ hôi
명
땀

Tôi bị sốt cao nên bị đổ nhiều **mồ hôi** và cơ thể run rẩy.
나는 열이 높아지자 땀이 나면서 몸이 떨려 왔어요.

 toát mồ hôi 땀이 나다

nôn mửa
명
구토

Anh ta đột nhiên **nôn mửa** rồi ngã xuống khi đi trên đường.

그는 길을 걷던 중 갑자기 구토를 하며 쓰러졌어요.

---

nước mũi
명
콧물

Vào mùa xuân, tôi thường bị chảy **nước mũi** vì dị ứng phấn hoa.

나는 봄에 꽃 알레르기가 있어서 콧물이 자주 나요.

 참 nước miếng 침 | khoa tai mũi họng 이비인후과

---

ngộ độc thực phẩm
명
식중독

Ăn thực phẩm quá hạn sử dụng có thể gây ra **ngộ độc thực phẩm**.

유통 기한이 지난 음식을 먹는 것은 식중독을 유발할 수 있어요.

---

nhập viện
명
입원하다

Bác sĩ khuyên tôi **nhập viện** để điều trị ngay.

의사는 나에게 당장 입원하여 치료할 것을 권유했어요.

 반 xuất viện 퇴원하다

---

nhồi máu cơ tim
명
심장 마비

Một bạn của cô ấy rất khoẻ mạnh đã chết vì **nhồi máu cơ tìm**.

매우 건강했던 그녀의 친구가 심장 마비로 갑자기 사망했어요.

phẫu thuật
🅟
수술

Đứa bé phải **phẫu thuật** ngay sau khi ra đời vì bệnh dị tật tim.
아기는 태어나자마자 심장 기형 때문에 수술을 받아야만 했어요.

🈡 giải phẫu 해부하다, 수술하다

---

phòng cấp cứu
🅟
응급실

Buổi sáng sớm, bố tôi kêu bị đau ngực nên đã vội vã đến **phòng cấp cứu**.
아버지가 새벽에 가슴 통증을 호소해서 급하게 응급실로 갔어요.

🈂 phòng điều trị bệnh nhân nặng 중환자실

---

sốt cao
🅟
고열

Bị **sốt cao** đặc biệt nguy hiểm đối với trẻ em.
고열은 특히 아이들에게 매우 위험해요.

---

tác dụng phụ
🅟
부작용

Sử dụng sai thuốc có thể gây ra **tác dụng phụ**.
약을 잘못 사용할 경우 부작용이 생길 수 있어요.

🈡 tác dụng ngược 부작용

---

táo bón
🅟
변비

Đây là loại thuốc rất tốt cho **táo bón** đấy.
이것은 변비에 아주 좋은 약입니다.

🈡 tiêu chảy 설사

tê

저리다

Nếu tuần hoàn máu không tốt thì chân tay thường bị **tê**.

혈액 순환이 잘 되지 않으면 손발이 저려요.

---

thoát vị đĩa đệm

디스크

Tôi bị **thoát vị đĩa đệm** nghiêm trọng nên phải làm vật lí trị liệu ở bệnh viện hàng tuần.

나는 디스크가 심해서 매주 병원에서 물리 치료를 받아야 해요.

참 vật lí trị liệu 물리 치료 ǀ tập luyện phục hồi chức năng 재활 운동

---

thuốc

약

Phải dùng tất cả các loại **thuốc** theo đơn thuốc để ngăn ngừa tái phát bệnh.

병의 재발을 막기 위해서 처방된 약을 반드시 다 복용해야 해요.

---

thuốc giảm đau

진통제

Mẹ tôi bị đau nửa đầu nặng nên đã uống **thuốc giảm đau**.

어머니는 편두통이 심해져서 진통제를 복용했어요.

---

thuốc kháng sinh

항생제

Lạm dụng **thuốc kháng sinh** có thể gây ra nhiều tác dụng phụ.

항생제 남용은 많은 부작용을 유발할 수 있어요.

tiền sử bệnh tật
명
병력

Bệnh nhân đó có nhiều **tiền sử bệnh tật** nên rất khó tìm nguyên nhân gây ra biến chứng bệnh.

그 환자는 병력이 많아 무엇이 합병증을 일으켰는지 찾기 힘들었어요.

[유] bệnh sử 병력
[참] tiền sử bệnh gia đình 가족력(= bệnh sử gia đình)

triệu chứng
명
증상, 증후

Tôi có **triệu chứng** bị chóng mặt khi ngồi dậy nên đã đến bệnh viện.

나는 앉았다 일어날 때 어지러운 증상이 생겨 병원을 찾았어요.

truyền dịch
명
링거, IV

Y tá đã tìm thấy mạch máu để đặt **truyền dịch** cho bệnh nhân ấy.

간호사가 그 환자에게 링거 주사를 놓기 위해 혈관을 찾았어요.

truyền máu
동
수혈하다

Cô tôi bị chảy máu nghiêm trọng khi phẫu thuật nên đã phải **truyền máu**.

고모는 수술 중 출혈이 심해 수혈을 받아야만 했어요.

[참] hiến máu 헌혈 ➡ p.55

ung thư
명
암

Ung thư chiếm tỉ lệ ngày càng cao trong các nguyên nhân tử vong.

사망 원인 중 암이 차지하는 비율이 점점 높아지고 있어요.

[참] ung thư dạ dày 위암 I ung thư đại tràng 대장암 I ung thư gan 간암 I ung thư vú 유방암 I ung thư cổ tử cung 자궁 경부암

vắc xin

명

백신

Bạn phải tiêm **vắc xin** để phòng bệnh sởi.

홍역을 예방하기 위해 반드시 백신을 맞아야 해요.

참 bệnh sởi 홍역

---

vết thương

명

상처

Em ấy bị tai nạn khi đi xe máy nhưng **vết thương** không nặng lắm.

그녀는 오토바이를 타다가 사고를 당했는데 상처가 심하지 않았어요.

참 vết sẹo 흉터

---

viêm họng

명

인후염

Cô ấy uống nhiều nước lạnh quá nên bị **viêm họng**.

그녀는 찬물을 너무 많이 마셔서 인후염에 걸렸어요.

참 viêm xoang 부비강염, 축농증

---

viêm ruột

명

장염

Tôi bị **viêm ruột** sau khi ăn hàu tươi nên cả đêm bị tiêu chảy và nôn mửa.

나는 생굴을 먹고 장염에 걸려 밤새도록 설사와 구토를 했어요.

---

viêm ruột thừa

명

맹장염

Khi tôi còn là học sinh tiểu học, tôi đã phẫu thuật vì bị **viêm ruột thừa**.

나는 초등학생 때 맹장염에 걸려 수술을 받았어요.

참 viêm nhiễm 염증

1 다음 빈칸에 알맞은 단어를 아래에서 골라 쓰세요.

| cảm lạnh | ho | chóng mặt | tiêu chảy | mồ hôi |

(1) Nếu không mặc nhiều áo ấm khi đi ra ngoài, bạn sẽ dễ bị
    _____.

(2) Vì món ăn đó không đảm bảo vệ sinh thực phẩm nên nhiều người đã
    bị _____.

(3) Chảy nước mũi và _____ là dấu hiệu của bệnh cúm.

(4) Anh ấy tập thể dục liên tục trong 30 phút nên_____ chảy
    đầy áo.

(5) Đừng di chuyển đầu quá nhanh kẻo bị _____.

2 질병과 알맞은 약을 연결하세요.

(1) thuốc kháng sinh •   • ① ung thư, viêm nhiễm

(2) thuốc gây mê •   • ② đau bụng, dị ứng thức ăn

(3) thuốc tiêu chảy •   • ③ chóng mặt, đau đầu

(4) thuốc đau đầu •   • ④ cảm cúm, cảm lạnh

(5) thuốc cảm •   • ⑤ phẫu thuật

3 다음에서 관련 <u>없는</u> 단어를 고르세요.

(1) ① khoa nội   ② khoa ngoại
    ③ khoa tai mũi họng   ④ khoa học

(2) ① viêm ruột thừa   ② phẫu thuật
    ③ viêm tai   ④ viêm xoang

(3) ① truyền dịch   ② thoát vị đĩa đệm
    ③ ung thư cổ tử cung ④ đau nửa đầu

주거 · 일상생활

Nhà ở · Sinh hoạt hàng ngày

ban công
명
베란다

Chị Hoa trồng hoa hồng ở **ban công** để trang trí thật đẹp cho ngôi nhà.
호아 씨는 집을 예쁘게 꾸미기 위해 베란다에서 장미를 키워요.

[참] trang trí 장식하다

---

bồn cầu
명
변기

Vui lòng không bỏ giấy vệ sinh vào **bồn cầu**.
변기에 휴지를 넣지 마십시오.

---

bồn rửa bát
명
싱크대

A Bạn có kinh nghiệm chọn và mua **bồn rửa bát** không?
너는 싱크대를 고르고 구매한 경험이 있니?

B Không, mình chưa bao giờ mua **bồn rửa bát**.
아니, 나는 싱크대를 사 본 적이 없어.

[남] bồn rửa chén 싱크대(=chậu rửa chén)

---

bồn rửa mặt
명
세면대

Bồn rửa mặt này là sản phẩm nổi tiếng được nhập khẩu từ Đức.
이 세면대는 독일에서 수입하는 유명한 제품이에요.

[유] chậu rửa mặt 세면대

---

cầu thang
명
계단

Vào ngày mưa, **cầu thang** ở công ti rất trơn và nguy hiểm.
비 오는 날에는 회사 계단이 매우 미끄럽고 위험해요.

---

cửa
명
문

Cửa phòng vệ sinh bị hỏng nên mọi người không thể đóng cửa được.

화장실 문이 고장 나서 사람들이 문을 닫을 수 없어요.

참 cổng chính 정문

cửa sổ
명
창문

Vào mùa hè, tôi thường mở cửa sổ cho không khí thông thoáng trong nhà.

여름에는 집 안 공기를 환기시키기 위해 창문을 자주 열어 놓아요.

gác xép
명
다락방

Gác xép ở nhà của tôi được thiết kế làm nơi ngắm sao vào những ngày trời trong xanh.

우리 집 다락방은 하늘이 맑은 날에 별을 구경할 수 있도록 설계되었어요.

유 phòng gác mái 다락방

gara đỗ xe
명
차고

Nhà của cô ấy hiện đại đến mức có thể điều khiển mở và đóng cửa gara đỗ xe qua điện thoại thông minh.

그녀의 집은 스마트폰으로 차고 문을 열고 닫을 수 있을 정도로 매우 현대적이에요.

hành lang
명
복도

Khi còn là học sinh, ai cũng phải quét dọn hành lang mỗi tuần một lần.

학생 때 누구나 일주일에 한 번 복도를 청소해야 했어요.

lò sưởi

난로

Vào những ngày trời lạnh, gia đình tôi thường quây quần bên **lò sưởi** và nướng khoai lang ăn.
추운 날에 보통 우리 가족은 난로에 모여 고구마를 구워서 먹어요.

---

mái nhà

지붕

Mái nhà bằng ngói kiên cố hơn nhiều so với **mái nhà** bằng tôn.
기와로 만든 지붕은 철판 지붕보다 훨씬 견고해요.

참 ngói 기와 | tôn 철판

---

nhà vệ sinh

화장실

Hầu hết ga tàu điện ngầm ở Hàn Quốc đều có **nhà vệ sinh** nên rất thuận tiện.
대부분의 한국 지하철역에는 화장실이 있어서 매우 편리해요.

참 bồn cầu 변기 ➡ p.64

---

phòng bếp

부엌

Tôi rất hài lòng vì **phòng bếp** nhà tôi rất rộng.
나는 집 부엌이 매우 넓어서 마음에 들어요.

참 tủ bếp 찬장

---

phòng đọc sách

서재

Trong **phòng đọc sách** của bố có nhiều sách mua từ nước ngoài về.
아버지의 서재에는 해외에서 사온 책이 많이 있어요.

phòng khách
(명)
거실

Phòng ngủ trong nhà nhỏ nên tôi phải ngủ ở **phòng khách** khi bố mẹ đến chơi.

집의 침실이 좁아서 부모님께서 집에 놀러 오시면 내가 거실에서 자야 해요.

참 khách 손님, 방문객

---

phòng ngủ
(명)
침실

Phòng ngủ nhà cô ấy nhỏ nhưng lại được thiết kế rất tiện lợi.

그녀 집의 침실은 작지만 매우 편리하게 설계되어 있어요.

참 thiết kế 설계하다, 디자인하다

---

phòng tắm
(명)
욕실

Phòng tắm ở nhà chung cư này có thiết kế đơn giản nhưng rất sang trọng.

이 아파트 욕실 디자인은 단순하지만 세련됐어요.

참 bồn tắm 욕조

---

tầng hầm
(명)
지하

Anh ấy thiết kế rạp chiếu phim mini ở **tầng hầm** dành cho gia đình.

그는 가족을 위해 지하에 작은 영화관을 설계했어요.

참 rạp chiếu phim 영화관

---

thang máy
(명)
엘리베이터

Một **thang máy** trong toà nhà bị dừng đột ngột khiến mọi người bên trong hoảng sợ.

건물의 엘리베이터가 갑작스럽게 멈춰서 안에 있는 모든 사람들을 놀라게 했어요.

참 thang cuốn 에스컬레이터

trần nhà
명
천장

Theo các kiến trúc sư, chiều cao **trần nhà** lí tưởng của tầng một là từ 3,6m đến 3,8m.

건축가에 따르면, 1층 천장의 이상적인 높이는 3.6m부터 3.8m까지예요.

참 tủ gương phòng tắm 화장실 수납장

---

tủ quần áo âm tường
명
붙박이장

Tủ quần áo âm tường vừa giúp bảo quản đồ đạc gọn gàng vừa tiết kiệm chi phí nội thất.

붙박이장은 물건들을 깔끔하게 보관하도록 하면서 인테리어 비용을 절감해요.

참 tủ quần áo 옷장

---

tường
명
벽

Quán cà phê này vô cùng độc đáo vì có nhiều tranh thuỷ mặc treo trên **tường**.

이 카페는 벽에 수묵화들이 많이 걸려 있어 매우 독특해요.

---

vòi nước
명
수도꼭지

Vào mùa đông, **vòi nước** có thể bị đóng băng nếu nhiệt độ xuống thấp dưới âm 10 độ C.

겨울에 온도가 영하 10도 이하로 내려갈 경우 수도꼭지가 얼 수 있어요.

참 vòi hoa sen 샤워기 ➡ p.152

---

vườn
명
정원

Sau khi về hưu, bố mẹ tôi muốn mua nhà có **vườn** để trồng hoa và trồng rau.

은퇴 후 부모님은 꽃과 야채를 재배할 수 있는 정원이 있는 주택을 구매하고 싶어 하세요.

참 hàng rào 담장, 울타리(= bờ rào)

1 다음 빈칸에 알맞은 단어를 쓰세요.

(2) _____

(3) _____

(1) _____

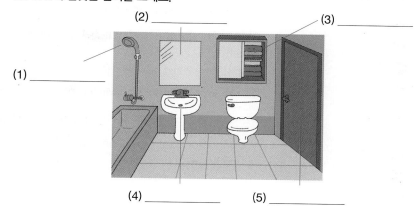

(4) _____

(5) _____

2 다음 빈칸에 알맞은 단어를 아래에서 골라 쓰세요.

| tường | tủ quần áo | tủ lạnh | ban công | phòng khách | phòng ngủ |

Trong (1) _____ có một chiếc tivi, một bộ sofa. Trên
(2) _____ có một bức tranh. Trên bàn có một lọ hoa hồng.
(3) _____ khá rộng và mỗi phòng ngủ có một giường đôi,
một (4) _____. Phòng bếp có tủ bếp, một cái (5) _____
và một bộ bàn ăn. Ngoài ra, nhà tôi có một (6) _____ rất rộng
và thoáng mát.

3 다음에서 같은 종류의 단어가 <u>아닌</u> 것을 고르세요.

(1) ① hành lang   ② cửa   ③ cửa sổ   ④ cửa chính

(2) ① vòi nước   ② thang máy   ③ bồn cầu   ④ bồn tắm

(3) ① thang máy   ② cầu thang   ③ thang cuốn   ④ gác xép

(4) ① tủ quần áo   ② tường   ③ tủ quần áo   ④ tủ bếp
                                        âm tường

Đồ đạc · Đồ điện gia dụng

🎧 MP3 **02-02**

---

bàn

명
탁자

Chiếc **bàn** này quá to so với diện tích phòng khách.

이 탁자는 거실 면적에 비해 너무 커요.

[참] bàn ăn 식탁 | bàn học 책상 | bàn trang điểm 화장대

---

bàn là

명
다리미

Vì quên không tắt **bàn là** nên suýt nữa cô ấy gây ra hoả hoạn.

다리미 끄는 것을 깜빡해서 그녀는 화재를 일으킬 뻔했어요.

[유] bàn ủi 다리미

---

bật

동
(가전제품) ~을/를 켜다

Thói quen **bật** đèn khi đi ngủ không tốt cho trẻ nhỏ.

잘 때 전등을 켜는 습관은 아이에게 안 좋아요.

🔍 주로 전기 제품을 나타내는 명사와 함께 사용됩니다.

---

bị hỏng
동
고장 나다

Đường ống nước chung cư **bị hỏng** nhưng người quản lí đã xử lí kịp thời.

아파트의 수도관이 고장 났지만 관리인이 제때에 문제를 조치했어요.

[유] bị hư 고장 나다, 잘못되다

---

chăn

명
이불

A Bạn đã từng thử giặt **chăn** ở tiệm giặt tự động bao giờ chưa?

너는 셀프 빨래방에서 이불을 빨래해 본 적이 있니?

B Ừ, khi giặt **chăn** thì mình thường đến đó.

응, 이불 빨래할 때면 나는 보통 그곳에 가.

[참] tiệm giặt tự động 셀프 빨래방
[남] mền 이불

đầu đĩa DVD

명

DVD플레이어

Đầu đĩa DVD hiện nay được xem như mặt hàng hiếm.

DVD플레이어는 현재 희귀품으로 여겨지고 있어요.

참 mặt hàng hiếm 희귀품

đèn điện

명

램프, 전등

Vào Giáng sinh, đường phố được trang trí đèn điện nhiều màu sắc.

크리스마스에는 길거리가 다양한 색깔의 전등으로 장식돼요.

참 bóng điện 전구

điện thoại bàn

명

유선 전화기

Ngày nay hầu như không ai dùng điện thoại bàn nữa.

오늘날 유선 전화기를 거의 안 쓰는 것 같아요.

참 điện thoại không dây 무선 전화기 | máy fax 팩스

điện thoại di động

명

핸드폰, 휴대 전화

Bạn nên hạn chế sử dụng điện thoại di động khi đang qua đường hoặc lên xuống cầu thang.

길을 건너갈 때나 계단을 오르내릴 때 핸드폰 사용을 자제하는 것이 좋아요.

참 điện thoại thông minh 스마트폰 ➡ p.208

đồ điện gia dụng

명

가전제품

Ở siêu thị đang giảm giá 50% đồ điện gia dụng nhân dịp Giáng sinh.

마트에서 크리스마스를 맞이하여 가전제품 가격 50% 할인 행사를 하고 있어요.

đồng hồ

명
시계

Anh ấy vừa mua một chiếc **đồng hồ** hàng hiệu khi đi du lịch châu Âu.

그는 유럽 여행을 갈 때 명품 시계를 샀어요.

참 đồng hồ đeo tay 손목시계 | đồng hồ treo tường 벽시계

ghế

명
의자

Em trai lớn nhanh quá nên chiếc **ghế** mua 2 năm trước không còn vừa nữa.

남동생이 너무 빨리 커서 2년 전에 구매한 의자가 벌써 맞지 않아요.

ghế sofa

명
소파

Vì diện tích nhà không rộng nên chúng tôi quyết định mua **ghế sofa** cỡ nhỏ đủ cho hai người ngồi.

집 면적이 넓은 편이 아니라서 우리는 2인용 소형 소파를 구매하기로 결정했어요.

giường

명
침대

Chiếc **giường** mới làm bằng tre nên rất mát và thoải mái.

새 침대가 대나무로 만들어져서 매우 시원하고 편해요.

참 khăn trải giường 침대 시트

gối

명
베개

Gối này làm từ sợi cotton tự nhiên nên rất tốt cho sức khoẻ.

이 베개는 천연 면으로 만들어져 있어 건강에 매우 좋아요.

gương

거울

A Liệu mình có được miễn phí vận chuyển khi mua **gương** qua internet không?

인터넷에서 거울을 구매할 경우 무료 배송이 되나요?

B Dạ, được ạ.

네, 가능합니다.

유 kính 유리, 안경 ➡ p.163

---

hoạt động

작동하다, 활동하다

Thiết bị này **hoạt động** dựa trên nguyên lí nhận diện khuôn mặt của người dùng.

이 기기는 사용자의 얼굴을 인식하는 원리로 작동해요.

참 điều chỉnh 조정하다

---

máy ảnh

사진기

Cô ấy mới mua **máy ảnh** phim vào hôm qua.

어제 그녀는 필름 사진기를 구매했어요.

참 máy ảnh phim 필름 사진기

---

máy điều hoà

에어컨

Những ngày hè, tôi phải bật **máy điều hoà** nhiều nên rất tốn tiền điện.

여름에는 내가 에어컨을 많이 사용해서 전기 요금이 많이 들어요.

납 máy lạnh 에어컨

---

máy giặt

세탁기

Tết năm ngoái, mẹ tôi đã đổi từ **máy giặt** cũ sang **máy giặt** hiện đại hơn.

작년 설날에 엄마는 낡은 세탁기를 최신 세탁기로 바꾸셨어요.

máy hút bụi

 명

청소기

Dạo này, thay vì dùng **máy hút bụi**, nhiều người thích robot dọn dẹp hơn.

요즘 청소기를 사용하는 대신에 많은 사람들이 로봇 청소기를 더 선호해요.

참 robot dọn dẹp 로봇 청소기

---

máy lọc không khí

 명

공기 청정기

Vào những ngày trời nhiều bụi siêu mịn, gia đình tôi phải dùng đến bốn chiếc **máy lọc không khí**.

미세 먼지가 심한 날에 우리 가족은 공기 청정기를 4대까지 사용해요.

참 bụi siêu mịn 미세 먼지 ➡ p.250

---

máy pha cà phê

 명

커피 메이커

Cô ấy tiết kiệm tiền mua **máy pha cà phê** để tự pha nhiều loại cà phê yêu thích.

그녀는 좋아하는 다양한 커피를 직접 내리기 위해 돈을 모아 커피 메이커를 샀어요.

참 tiết kiệm 절약(하다) ➡ p.331

---

máy rửa bát

 명

식기세척기

Máy rửa bát là vật dụng cần thiết của nhiều gia đình ngày nay.

식기세척기는 오늘날 많은 가정에서 사용하는 물건이에요.

냅 máy rửa chén 식기세척기

---

máy sấy quần áo

 명

건조기

Vào mùa hè ẩm ướt, chiếc **máy sấy quần áo** là vật dụng vô cùng cần thiết cho gia đình.

공기가 습한 여름에는 건조기가 가정에서 매우 필요한 물건이에요.

máy tính

컴퓨터

A **Máy tính** này bạn dùng được bao lâu rồi?

너는 이 컴퓨터를 사용한 지 얼마나 됐니?

B Mình dùng được hơn 3 tháng rồi.

사용한 지 3개월이 넘었어.

참 máy in 프린터 ➡ p.204

---

ngăn kéo

서랍장

A Bạn đã mở **ngăn kéo** bàn học ra và kiểm tra món quà sinh nhật của bạn chưa?

책상의 서랍장을 열어서 생일 선물을 확인해 봤어?

B Nhận được rồi. Cám ơn bạn vì đã tặng món quà mình cần.

받았어. 꼭 필요한 선물을 줘서 너무 고마워.

---

quạt điện

선풍기

Nhiều người vẫn thích **quạt điện** hơn máy điều hoà vì giá cả rẻ.

저렴한 가격 때문에 여전히 많은 사람들이 에어컨보다 선풍기를 선호해요.

참 quạt 부채

---

rèm cửa

커튼

Màu sắc của chiếc **rèm cửa** này thật là quý phái và độc đáo!

이 커튼의 색깔이 매우 세련되면서 독특하군요!

---

sửa

고치다, 수리하다

Máy tính đã **sửa** tuần trước lại bị hỏng rồi.

지난주에 수리한 컴퓨터가 또 다시 고장 났어요.

유 sửa chữa 고치다, 수리하다

🔍 sửa의 성조를 높은음에서 짧고 빠르게 내렸다가 더 높은음으로 올라가는 성조(˜)로 바꿔 sữa로 쓰면 '우유'의 의미예요. ➡ p.128

tắt

(가전제품) ~을/를 끄다

Bạn nên **tắt** các thiết bị điện khi ra ngoài để tiết kiệm tiền điện.

전기 요금을 절약하기 위해 외출할 때 전기 제품을 끄는 것이 좋아요.

🔍 주로 전기 제품 등의 전원을 끄는 것을 나타낼 때 사용합니다.

thảm

매트, 카펫

Các toà nhà thường trải **thảm** chống trơn trượt vào ngày mưa hoặc có tuyết để đảm bảo an toàn.

비가 오거나 눈이 내릴 때 빌딩마다 미끄럼 방지 매트를 깔아 안전을 유지하도록 해요.

tivi

텔레비전

Cô ấy chỉ xem tin tức thời sự và thời tiết trên **tivi**.

그녀는 텔레비전으로 뉴스와 일기 예보만 봐요.

참 điều khiển 리모컨

tủ lạnh
냉장고

Ngày nay, dùng **tủ lạnh** thông minh không những có thể bảo quản thực phẩm mà còn có thể điều khiển các thiết bị khác.

오늘날 스마트 냉장고는 식품을 보관하면서 다른 기계들을 작동할 수 있어요.

참 tủ lạnh thông minh 스마트 냉장고 | tủ đông 냉동고

tủ sách

책장

Tủ sách của mẹ hầu hết là các sách về nấu ăn và du lịch.

엄마의 책장 대부분은 요리와 여행에 관한 책들이에요.

1 다음 그림에 해당하는 단어를 쓰세요.

(1)   (2)   (3)   (4)

_____   _____   _____   _____

2 다음 문장이 설명하는 가전제품을 쓰세요.

(1) Tủ để bảo quản thức ăn. _____

(2) Máy để làm sạch sàn nhà. _____

(3) Đồ vật dùng để bày thức ăn. _____

(4) Đồ vật trong phòng ngủ dùng để nằm. _____

(5) Đồ vật trong nhà để làm sạch quần áo. _____

3 다음 짝지은 단어의 관계가 나머지와 <u>다른</u> 것을 고르세요.

① ghế – bàn học

② tivi – đầu đĩa DVD

③ máy giặt – máy sấy quần áo

④ máy pha cà phê – máy rửa bát

🎵 MP3 **02-03**

---

bất động sản

부동산

Giá **bất động sản** liên tục tăng vọt trong ba tháng gần đây.

최근 3개월 동안 부동산 가격이 지속적으로 오르고 있어요.

---

cho thuê

세놓다, 대여하다

Ở công viên Hangang có dịch vụ **cho thuê** xe đạp theo giờ.

한강 공원에는 시간당 자전거를 대여해 주는 서비스가 있어요.

참 **công viên** 공원 | **mượn** 빌려주다, 대여하다

---

chủ nhà

소유자, 집주인

Chủ nhà nơi tôi đang thuê trọ rất nhiệt tình và thân thiện.

내가 자취를 하고 있는 집의 집주인은 아주 열정적이고 친절해요.

참 **chủ quán** 가게 주인 | **thuê trọ** 자취하다

---

chuyển nhà

이사하다

Chủ nhật này, chị gái tôi **chuyển nhà** lên Seoul để học cao học tại đây.

대학원 공부를 위해 나의 누나는 이번 일요일에 서울로 이사해요.

đầy đủ nội thất

가구가 갖추어진

Ngôi nhà tôi vừa kí hợp đồng thuê có **đầy đủ nội thất** nên rất thuận tiện.

방금 임대차 계약을 한 집은 가구가 갖추어져 있어서 매우 편리해요.

참 **nội thất** 가구

địa chỉ

주소

A Bạn có biết **địa chỉ** của Nhà hát lớn ở đâu không? 혹시 오페라 하우스의 주소를 알고 있어?

B Mình cũng không biết. Bạn tìm trên mạng internet đi! 나도 몰라. 네가 인터넷에서 찾아봐.

---

hệ thống sưởi nền

난방

Vào mùa đông, gia đình tôi thường bật **hệ thống sưởi nền** 24/24.

겨울에 나의 가족은 난방을 24시간 동안 틀어 놓아요.

〔유〕 hệ thống sưởi sàn 난방 시스템

---

hợp đồng cho thuê

임대차 계약서

Mọi người có thể tải mẫu **hợp đồng cho thuê** nhà dễ dàng trên internet.

인터넷에서 임대차 계약서 양식을 쉽게 내려받을 수 있어요.

〔참〕 kí hợp đồng 계약을 체결하다

---

hướng

~방향이다

Bàn học được đặt nhìn ra **hướng** vườn nên tôi vừa học vừa có thể ngắm được khung cảnh thiên nhiên.

책상이 정원을 바라보는 방향으로 놓여 있어서 공부하면서 자연의 풍경을 감상할 수 있어요.

〔유〕 ở hướng ~방향에 있다

〔🔍〕 명사로도 쓸 수 있어요. ➡ p.178

---

khu vực

동네, 구역

Khu vực tôi đang sống rất an toàn và gần đồn cảnh sát.

내가 살고 있는 동네는 매우 안전하고 경찰서가 가까워요.

〔참〕 đồn cảnh sát 경찰서

loại hình nhà ở
명
주거 형태

Ở Hàn Quốc có nhiều **loại hình nhà ở** đa dạng về mức giá và diện tích cho du học sinh nước ngoài.

한국에는 가격과 면적 측면에서 외국인 유학생을 위한 다양한 주거 형태가 있어요.

참 loại hình 유형

ngoại ô
명
시외

Gia đình tôi chuyển đến chung cư mới ở **ngoại ô** Seoul.

나의 가족은 서울 외곽에 있는 새 아파트로 이사했어요.

유 ngoại thành 교외, 시외

người cho thuê
명
임대인

Trước khi kí hợp đồng thuê nhà, bạn phải nắm rõ thông tin của **người cho thuê**.

임대차 계약을 체결하기 전에 임대인의 정보를 잘 파악해야 해요.

người quản lí
명
관리인

Khi có vấn đề về hệ thống sưởi, bạn nên liên hệ với **người quản lí** chung cư.

난방에 대한 문제가 생길 때는 아파트 관리인에게 연락하는 것이 더 좋아요.

참 quản lí 관리하다

người thuê
명
임차인

Vì giá bất động sản tăng nhanh nên **người thuê** căn hộ chung cư ở Việt Nam đang rất lo lắng về giá thuê nhà.

부동산 가격이 빠르게 상승해서 베트남 아파트 임차인들이 임대료에 대해 매우 걱정해요.

nhà riêng
(명)
단독 주택

Ước mơ của cô ấy là sở hữu một căn **nhà riêng** để tự trồng rau sạch ở nhà.

그녀의 꿈은 무농약 야채를 직접 재배하기 위한 단독 주택을 소유하는 것이에요.

유 **nhà đất** 단독 주택

---

nhiều ánh sáng
(형)
햇빛이 잘 드는

Tôi rất hài lòng vì phòng ngủ có **nhiều ánh sáng** tự nhiên.

나는 침실이 햇빛이 잘 드는 편이라 매우 만족스러워요.

참 **ánh sáng** 빛, 광선

ồn ào
(형)
시끄러운

Tầng hầm của toà nhà này có quán karaoke nên ở đây buổi tối hơi **ồn ào**.

이 빌딩 지하에 노래방이 있어서 이곳은 밤에 조금 시끄러워요.

참 **quán karaoke** 노래방

---

thi công
(동)
공사하다, 시공하다

Nhà hàng xóm đang **thi công** lại phòng tắm nên hơi ồn ào.

이웃집이 욕실 공사를 다시 하고 있어서 조금 시끄러워요.

유 **xây dựng** 공사하다, 건설하다

---

thiết kế và xây dựng
(동)
건축하다

Quy trình **thiết kế và xây dựng** toà nhà này cực kì an toàn.

이 빌딩의 건축 절차는 매우 안전해요.

참 **an toàn** 안전한, 안전

tiền đặt cọc
명
보증금

Tôi phải chuyển **tiền đặt cọc** thuê chung cư trước thứ ba tuần tới.

나는 다음 주 화요일 전에 아파트 임대 보증금을 송금해야 해요.

참 tiền đặt trước 예약금

---

tiền thuê nhà
명
집세, 임대료

Ở trung tâm quận 1, **tiền thuê nhà** trung bình mỗi tháng vào khoảng 8 triệu đồng.

1군 중심은 평균 월세가 8백만 동 정도 돼요.

🔍 quận(군)은 우리나라의 '구'에 해당하는 베트남 행정 구역이에요.
➡ p.358

---

tổ chức tiệc tân gia
동
집들이하다

Vợ chồng em trai tôi sẽ **tổ chức tiệc tân gia** vào thứ hai tuần tới.

남동생 부부가 다음 주 월요일에 집들이를 할 거예요.

유 đãi/làm tiệc tân gia 집들이하다
참 tổ chức 개최하다, 조직하다 ➡ p.278

---

tu sửa
동
보수하다, 수리하다

Nhiều gia đình Việt Nam thường **tu sửa** hoặc dọn dẹp lại nhà cửa để đón tết Nguyên đán.

많은 베트남 가정은 설날을 맞이하기 위해 집을 수리하거나 대청소를 해요.

유 tu bổ 보수하다, 고치다
🔍 베트남(특히 북부 시골)에서는 음력 설 전에 집을 수리하고 대청소하는 것이 제일 중요한 행사 중 하나예요.

---

yên tĩnh
형
조용한

Anh ấy thích quán cà phê này vì rất **yên tĩnh** và có thể tập trung đọc sách.

그가 이 카페를 좋아하는 이유는 이곳이 매우 조용해서 독서에 집중할 수 있기 때문이에요.

유 im ắng 조용한, 고요한

1 다음 괄호 안의 단어 중 알맞은 것을 골라 문장을 완성하세요.

(1) Mùa đông ở Việt Nam không lạnh lắm nên thường không có (hệ thống sưởi nền / hệ thống ánh sáng).

(2) Trước khi (thi công / thiết kế) ngôi nhà này, bạn phải kiểm tra kĩ bản thiết kế.

(3) Chung cư cao cấp thường được làm bằng (loại hình / nội thất) đắt tiền.

(4) Ở Việt Nam, (tiền đặt cọc / tiền thuê nhà) thường được tính bằng một tháng tiền thuê nhà trong hợp đồng.

2 다음 빈칸에 알맞은 단어를 아래에서 골라 쓰세요.

yên tĩnh	đầy đủ nội thất	ồn ào

(1) Đây là trung tâm thành phố nên lúc nào cũng _____.

(2) Căn nhà tôi mới mua có _____ nên tôi không phải mua sắm thêm gì.

(3) Bố mẹ tôi thích sống ở nông thôn vì nông thôn _____ hơn thành phố.

3 다음 대답에 대한 알맞은 질문을 쓰세요.

(1) **A** _____?

   B Rồi, anh chuẩn bị tiền đặt cọc rồi.

(2) **A** _____?

   B Tuần sau tôi sẽ chuyển đến nhà mới.

(3) **A** _____?

   B Toà nhà này do công ti Hacinco thiết kế và xây dựng.

bảo quản

동

보관하다

Trái cây và rau cần được **bảo quản** ở nơi thoáng mát.

과일과 야채는 서늘한 곳에 보관해야 해요.

---

bột giặt

명

세제

Nhà hết **bột giặt** nên tôi phải đi mua.

집에 세제가 다 떨어져서 세제를 사러 가야 해요.

---

bụi

명

먼지

Dạo này ngày càng có nhiều **bụi** siêu mịn không tốt cho sức khoẻ.

요즘 건강에 좋지 않은 미세 먼지가 날이 갈수록 많아져요.

---

chuẩn bị

동

준비하다

Tôi thường **chuẩn bị** sẵn tất cả các nguyên liệu trước khi nấu ăn.

나는 보통 요리를 하기 전에 모든 재료를 준비해요.

---

dọn dẹp

동

청소하다

Em út đã biết tự **dọn dẹp** phòng riêng.

막냇동생은 스스로 방 청소를 할 줄 알아요.

반 làm lộn xộn 어지르다
참 dọn bàn ăn 식탁을 차리다, 식탁을 치우다

đi chợ

장을 보다

Mẹ thường **đi chợ** vào cuối tuần.
어머니께서는 보통 주말에 장을 보러 가세요.

đóng
동
박다

Anh ấy **đóng** đinh vào tường để treo bức tranh.
그는 그림을 걸기 위해 벽에 못을 박았다.

참 **đóng** A vào B B에 A를 박다 | gõ A vào B B에 A를 두드리다
➡ p.41

---

gấp quần áo
동
옷을 개다

Việc **gấp quần áo** luôn là nhiệm vụ của em trai.
옷을 개는 일은 항상 남동생의 일이에요.

참 **gấp** 급한, 두 배, 여러 배

---

giặt
동
(옷, 걸레 등) 빨래하다

A Con trai, con **giặt** tất này chưa?
아들아, 이 양말을 빨았니?

B Dạ, con **giặt** rồi ạ.
네, 제가 빨래했어요.

참 đồ **giặt** 빨랫감

---

giũ

털다

Về đến nhà, tôi **giũ** sạch áo khoác ngoài rồi cất vào tủ quần áo.
나는 집에 들어오면 겉옷을 털고 나서 옷장에 넣어요.

유 phủi 털다(= rũ)

gỡ
동
제거하다

Bố tôi đã gỡ mạng nhện trong gara.
우리 아버지는 차고에 생긴 거미줄을 제거했어요.

유 loại bỏ 제거하다, 없애다

---○

là
동
다림질하다

Mẹ tôi là quần áo bằng bàn là hơi nước.
나의 어머니는 옷을 스팀다리미로 다림질하세요.

유 ủi (quần áo) 다림질하다
참 bàn là hơi nước 스팀다리미(= bàn ủi hơi nước)
🔍 là가 서술어로 사용되면 '~이다'의 의미지만, '다리다'의 의미로 사용
되면 quần áo(옷)와 같이 사용되는 편입니다.

---○

lau
동
닦다, 지우다

Tôi đã lau sạch nước trên sàn.
나는 바닥의 물기를 깨끗이 닦았어요.

참 giẻ lau nhà 걸레
남 chùi 닦다

---○

nấu ăn
동
요리하다

Em trai tôi thích nấu ăn cho cả gia đình vào cuối tuần.
내 남동생은 주말에 가족에게 요리해 주는 것을 좋아해요.

참 đầu bếp 요리사 → p.98

---○

phân loại rác
명
분리수거

Ở một số thành phố của Việt Nam cũng bắt đầu thực hiện phân loại rác.
베트남에서도 분리수거가 시작되었어요.

🔍 2017년부터 베트남의 몇몇 도시에서는 시범적으로 분리수거 운동
을 실시했으나 아직도 큰 효과를 얻지 못하고 있어요.

phơi đồ

빨래를 말리다

Bố mẹ tôi thường **phơi đồ** ngoài trời.
나의 부모님은 보통 실외에 빨래를 말리세요.

---

quét nhà

비질하다

Theo phong tục Việt Nam, nếu bạn **quét nhà** vào ba ngày đầu năm mới sẽ khiến tài lộc biến mất.
베트남 풍습에 따라 (음력) 새해 3일 동안 비질하면 재복이 날아 간다고 해요.

---

rác

쓰레기

Rác thức ăn phải được phân loại riêng.
음식물 쓰레기는 따로 분리해야 돼요.

참 rác thức ăn 음식물 쓰레기

---

rửa

씻다, 닦다

Nếu mẹ nấu ăn thì bố sẽ **rửa** bát.
엄마가 요리를 하면 아빠가 설거지를 해요.

참 rửa chén bát 설거지하다 | rửa tay 손을 씻다

---

sắp xếp

정리하다

Cô ấy đang **sắp xếp** lại sách vở.
그녀가 책을 정리하고 있어요.

tái chế

재활용

Ở công viên có thùng rác riêng cho rác **tái chế**.
공원에 재활용 쓰레기통이 있어요.

thay thế

교체하다

Tôi đã **thay thế** đèn điện mới ở phòng khách.
나는 거실의 전등을 새것으로 교체했어요.

thùng rác

쓰레기통

Đừng quên phân loại rác rồi bỏ vào **thùng rác** nhé!
쓰레기 분리수거를 하고 쓰레기통에 넣는 것을 잊지 마!

tưới nước

(화초에) 물을 주다

Đừng **tưới nước** thường xuyên cho cây xương rồng.
선인장에 물을 자주 주지 마세요.

vứt

버리다

Không được **vứt** giấy và lon nhôm chung với nhau.
종이와 캔은 같이 버리면 안 돼요.
유 bỏ 버리다

1 다음에서 같은 종류의 단어가 <u>아닌</u> 것을 고르세요.

(1) ① rác   ② phơi đồ   ③ thùng rác   ④ rác thức ăn

(2) ① giũ   ② gấp   ③ giặt   ④ giẻ lau nhà

(3) ① rửa   ② vứt   ③ quần áo   ④ quét nhà

(4) ① dọn dẹp   ② hành lí   ③ sắp xếp   ④ thay thế

2 다음 빈칸에 알맞은 단어를 아래에서 골라 쓰세요.

phân loại rác	là quần áo	bột giặt	bụi	sắp xếp

(1) Tuy là con gái nhưng chị tôi ghét nhất là _____.

(2) Bố mẹ thường dạy tôi cách quản lí và _____ thời gian hợp lí.

(3) Ở Hàn Quốc, nếu bạn không _____ trước khi đổ rác thì sẽ bị phạt tiền.

(4) Nếu hết _____, chị gái tôi thường sử dụng baking soda để giặt quần áo.

(5) _____ có ảnh hưởng không tốt đến sức khoẻ con người.

3 다음이 설명하는 단어를 쓰세요.

(1) Nấu nướng cho bữa ăn. _____

(2) Phun nước cho ướt đều. _____

(3) Dùng một chất lỏng làm sạch quần áo. _____

(4) Dùng một dụng cụ để làm phẳng quần áo. _____

(5) Treo lên ở chỗ thoáng cho khô. _____

ăn sáng
동
아침을 먹다

Bố tôi luôn **ăn sáng** rất sớm để đi làm cho kịp giờ.
우리 아빠는 제시간에 출근하기 위해 항상 아침을 일찍 먹어요.

참 buổi sáng 아침

ăn tối
동
저녁을 먹다

Gia đình tôi thường **ăn tối** cùng nhau vào thứ sáu.
우리 가족은 보통 금요일에 저녁을 같이 먹어요.

참 buổi tối 저녁 | ban đêm 밤

ăn trưa
동
점심을 먹다

Tôi thường **ăn trưa** cùng đồng nghiệp ở công ti.
나는 보통 회사에서 동료들과 점심을 먹어요.

참 buổi trưa 정오 | buổi chiều 오후

---

bữa ăn
명
음식, 식사

Bữa ăn trưa của anh ấy thường rất đơn giản.
그의 점심 식사는 보통 매우 간단해요.

유 thức ăn 식사 | món ăn 요리 ➡ p.143

---

cởi quần áo
동
옷을 벗다

Con trai, **cởi quần áo** bẩn rồi bỏ vào thùng giặt nhé.
아들아, 더러운 옷을 벗어 빨래 통에 넣으렴.

chải tóc

머리를 빗다

Bố tôi **chải tóc** cho cháu nội rất đẹp.
나의 아빠는 손녀의 머리를 예쁘게 빗겨 주세요.

🔠 chải đầu 머리를 빗다

---

chơi

놀다

Cô ấy rất thích **chơi** với trẻ em.
그녀는 아이들이랑 놀아 주는 것을 매우 좋아해요.

🔍 '(악기) 연주하다', '(스포츠) ~하다'의 의미도 있어요.

đánh răng

양치질하다

Một ngày cô ấy **đánh răng** ba lần sau mỗi bữa ăn.
그녀는 하루 세 번 매 식사 후 양치질해요.

🔠 chải răng 양치질하다
🔠 kem đánh răng 치약 ➡ p.149

đi dạo

산책하다

Anh ấy thường **đi dạo** ở công viên gần nhà.
그는 보통 집 근처 공원에서 산책해요.

🔠 đi tản bộ 산책하다
🔠 dắt chó đi dạo 개를 데리고 나가다(=dắt chó ra đường)

đi họp mặt

모임을 갖다

A Bạn vẫn nhớ **đi họp mặt** vào thứ ba này chứ?
이번 주 화요일에 모임이 있는 것을 기억하지?

B Ừ, mình nhớ rồi! Hẹn gặp cậu thứ ba này nhé.
응, 기억하고 있어! 이번 화요일에 만나자.

🔠 mặt 얼굴, 면 ➡ p.19

đi ngủ

동

잠자리에 들다

Hôm qua tôi có nhiều việc nên **đi ngủ** quá muộn.
어제 나는 일이 많아서 늦게 잠자리에 들었어요.

참 ngủ 자다 ➡ p.43

đi ra ngoài

동

외출하다

Người có bệnh viêm xoang nên hạn chế **đi ra ngoài** vào ngày có nhiều bụi siêu mịn.
비염이 있는 사람들은 미세 먼지가 많은 날에 외출하는 것을 자제하는 게 좋아요.

đưa

동

건네주다, 바래다주다

Tôi **đưa** em trai đến sân bay để đi du lịch.
나는 여행 가는 동생을 공항에 바래다주었어요.

---

gấp chăn màn

동

침대/이불을 정리하다

Vào buổi sáng, bạn ấy thường **gấp chăn màn** ngay ngắn ngay sau khi ngủ dậy mỗi sáng.
그 친구는 보통 아침에 일어나자마자 침대를 단정하게 정리해요.

유 sắp xếp lại giường chiếu 침대/이불을 정리하다

---

gọi

동

부르다

Mẹ **gọi** đứa trẻ ở ngoài vào.
어머니는 밖에 있는 아이를 불렀어요.

---

gọi điện thoại
동
전화를 하다

A Cậu **gọi điện thoại** đặt bàn ở nhà hàng chưa?
식당에 예약 전화를 했어?

B Tớ vừa gọi đặt bàn lúc 7 giờ tối mai rồi.
내가 지금 막 내일 저녁 7시로 예약 전화를 했어.

---

gội đầu
동
머리를 감다

Tôi thường **gội đầu** vào buổi sáng.
나는 보통 아침에 머리를 감아요.

참 dầu gội đầu 샴푸 ➡ p.149 | dầu xả 린스

---

mặc quần áo
동
옷을 입다

Con gái tôi mới 4 tuổi nhưng biết tự **mặc quần áo** một mình rồi.
우리 딸은 네 살밖에 안 되었는데 스스로 옷을 입을 줄 알아요.

---

món ăn vặt
명
간식

Món ăn vặt yêu thích của cô ấy là khoai lang chiên.
그녀가 좋아하는 간식은 고구마 튀김이에요.

참 bim bim 과자(류)

---

rửa mặt
동
세수하다

A Bạn đã tẩy trang và **rửa mặt** sạch chưa vậy?
화장을 지우고 깨끗이 세수했지?

B Chưa, mình quá mệt nên chưa **rửa mặt**.
아직, 내가 너무 피곤해서 아직 세수를 안 했어.

참 rửa 씻다, 닦다 ➡ p.87

tắm

샤워하다

Vào mùa đông, nên hạn chế **tắm** quá khuya vào ban đêm.

겨울철에는 너무 늦은 밤에 샤워하는 것을 자제하는 게 좋아요.

유 **tắm rửa** 샤워하다

🔍 베트남 북부의 겨울은 스산하게 추운 반면 난방 시설이 잘 되어 있지 않아 늦은 밤에 샤워하지 말라는 당부의 말을 자주 한다고 해요.

tập thể dục

운동하다

A Khi nào bạn sẽ bắt đầu **tập thể dục** hàng ngày?

매일 운동하는 것을 언제부터 시작할 거야?

B Chắc tuần sau mới tập được vì tuần này mình có nhiều việc quá.

아마 다음 주에 가능할 것 같아 왜냐하면 이번 주는 내가 일이 많거든.

thức dậy

잠에서 깨다

Cô ấy **thức dậy** vì mơ thấy ác mộng.

그녀는 악몽을 꿔서 잠에서 깼어요.

유 **ngủ dậy** 일어나다(= dậy)

về nhà

집에 돌아오다

Được **về nhà** vào dịp Tết là niềm vui của du học sinh.

설날에 집에 돌아오는 것은 유학생들의 행복이에요.

참 **về nước** 귀국하다

xem tivi

텔레비전을 보다

Bố mẹ tôi thường **xem tivi** sau khi ăn tối xong.

나의 부모님은 보통 저녁 식사를 마친 후에 텔레비전을 보세요.

1 다음은 Minh 씨의 하루 일과입니다. 그녀가 한 일에 순서대로 번호를 쓰세요.

> Hàng ngày, Minh thường dậy lúc 7 giờ sáng rồi tập thể dục khoảng 30 phút. Sau khi tập thể dục, Minh tắm rửa rồi ăn sáng ở nhà. Cô ấy thường đến công ti lúc 8 giờ rưỡi và đi ăn trưa lúc 12 giờ. Minh nghỉ trưa tại công ti khoảng 1 tiếng rồi tiếp tục làm việc đến 5 giờ chiều. Cô ấy về nhà ăn cơm, rửa bát rồi đọc sách hoặc xem tivi đến 10 giờ. Khoảng 11 giờ đêm, Minh đi ngủ.

(1) ăn sáng ở nhà　　(　　　)　　　　(2) xem tivi　　(　　　)

(3) tập thể dục　　　(　　　)　　　　(4) nghỉ trưa　　(　　　)

(5) tắm rửa　　　　(　　　)　　　　(6) đi ngủ　　　(　　　)

2 친구와 나누는 대화입니다. 대화가 자연스럽게 이어지도록 순서대로 번호를 쓰세요.

> ① A Bạn thường ngủ dậy lúc mấy giờ?
>   B Tôi thường ngủ dậy lúc 7 rưỡi.
>
> ② A Còn buổi tối, bạn thường về nhà lúc mấy giờ?
>   B Cứ 6 giờ là mình chuẩn bị về nhà rồi.
>
> ③ A Thế, buổi trưa bạn làm việc đến mấy giờ?
>   B À, mình làm việc đến 12 giờ rồi đi ăn trưa.
>
> ④ A Bạn có hay ăn sáng ở nhà không?
>   B Tôi ít khi ăn sáng ở nhà.

(　　　) → (　　　) → (　　　) → (　　　)

3 다음 괄호 안의 단어 중 알맞은 것을 골라 문장을 완성하세요.

(1) Cứ về đến nhà là con trai tôi (cởi quần áo / mặc quần áo) rồi vứt xuống đất.

(2) (Tắm rửa / Tập thể dục) quá sức không tốt cho sức khoẻ của bạn.

(3) Bố mẹ tôi thường (đi dạo / đi ra ngoài) ở công viên gần nhà vào buổi tối.

(4) Con trai tôi mới 3 tuổi nhưng đã biết sử dụng bàn chải để (đánh răng / rửa mặt).

bác sĩ
명
의사

Bác sĩ khám bệnh cho bệnh nhân rất kĩ.
의사가 환자를 꼼꼼하게 진료해요.

참 khám bệnh 진료하다

---

bác sĩ thú y
명
수의사

Bác sĩ thú y ở bệnh viện này rất nhiệt tình.
이 병원의 수의사는 아주 열정적이에요.

---

ca sĩ
명
가수

A Bạn thích ca sĩ nào?
   너는 어느 가수를 좋아해?

B Mình thích ca sĩ Hương Ly.
   나는 가수 흐엉 리를 좋아해.

---

cảnh sát
명
경찰관

Cảnh sát đang tích cực tìm kiếm thủ phạm.
경찰관들이 범인을 적극적으로 수색하고 있어요.

참 tìm kiếm 수색하다

🔍 cảnh sát은 사회의 안전, 질서를 보장하고 국내 범죄를 예방·발견·
처벌하는 공무원이에요.

---

công chức nhà nước
명
공무원

Cô ấy đã thi đậu kì thi công chức nhà nước.
그녀는 공무원 시험에 합격했어요.

công tố viên
명
검사

Anh họ tôi là **công tố viên** ở toà án thành phố Seoul.

나의 사촌 오빠는 서울시 법원의 검사예요.

---

chính trị gia
명
정치가

Báo chí cho thấy sự ủng hộ đối với **chính trị gia** đó.

신문사들이 그 정치가에 대한 지지를 보여 주고 있어요.

유 nhà chính trị 정치가
참 ủng hộ 옹호하다, 지지하다

---

diễn viên
명
배우

Mơ ước của bạn ấy là trở thành **diễn viên**.

그 친구의 꿈은 배우가 되는 것이에요.

참 ngôi sao điện ảnh 영화배우

---

diễn viên múa
명
무용수

Cô ấy là **diễn viên múa** của Nhà hát vũ kịch Việt Nam.

그녀는 베트남 무용 극장의 무용수예요.

---

doanh nhân
명
사업가

Cô ấy là **doanh nhân** thành công nhất ở thành phố này.

그녀는 이 도시에서 가장 성공한 사업가예요.

참 kinh doanh 경영하다

đạo diễn
명
영화감독

Ông ấy là **đạo diễn** vừa đạt giải ở Liên hoan phim quốc tế.
그는 국제 영화제에서 상을 수상한 영화감독이에요.

đầu bếp
명
요리사

Để trở thành **đầu bếp** nổi tiếng, bạn phải cố gắng nhiều hơn nữa.
유명한 요리사가 되려면 더 많이 노력해야 돼요.

참 bếp trưởng 수석 요리사

giáo sư
명
교수

A **Giáo sư** hướng dẫn luận văn của bạn là ai vậy?
논문 지도 교수님은 누구시니?

B **Giáo sư** hướng dẫn của tôi là cô Nguyễn Thị Nguyệt.
논문 지도 교수님은 응웬 티 응우옛 교수님이셔.

참 giáo sư hướng dẫn 지도 교수

giáo viên
명
선생님

Giáo viên môn tiếng Anh của lớp tôi dạy rất hay.
우리 반 영어 선생님은 수업을 매우 잘 가르치세요.

참 dạy 가르치다 ➡ p.46

hoạ sĩ
명
화가

Hoạ sĩ đó tổ chức buổi triển lãm tranh cá nhân vào thứ hai tuần này.
그 화가는 이번 주 월요일에 개인전을 열어요.

참 họa sĩ truyện tranh 만화가

học sinh

 명

학생

Học sinh ngày nay nói tiếng Anh rất giỏi.

요즘 학생들은 영어를 매우 잘해요.

🔍 học sinh은 고등학교 학생까지를 의미해요.

---

kiến trúc sư

 명

건축가

Bạn nên nhận tư vấn của kiến trúc sư khi sửa nhà.

집을 수리할 때 건축가의 상담을 받는 게 좋아요.

---

linh mục

 명

(천주교) 신부

Linh mục ở nhà thờ này thường dạy làm bánh cho trẻ nhỏ vào thứ năm hàng tuần.

이 성당의 신부님은 매주 목요일에 아이들에게 제빵을 가르쳐 줘요.

유 cha xứ 신부

---

lính cứu hoả

 명

소방관

Mục tiêu của anh ấy là trở thành lính cứu hoả trong 5 năm tới.

그의 목표는 5년 안에 소방관이 되는 거예요.

---

luật sư

 명

변호사

Cô ấy vừa thi đỗ kì thi luật sư lần này.

그녀는 이번 변호사 시험에 합격했어요.

참 bào chữa 변론하다

mục sư
명
목사

Khi có chuyện buồn, cô ấy thường xin tư vấn của mục sư.
슬픈 일이 있을 때 그녀는 보통 목사에게 상담을 요청해요.

참 giảng đạo 설교하다

---

nông dân
명
농부

Nông dân ngày nay áp dụng công nghệ tiên tiến vào trồng trọt.
오늘날 농부들은 첨단 기술을 재배에 적용해요.

참 trồng 재배하다

---

ngư dân
명
어부

Năm nay ngư dân đánh bắt được nhiều cá.
올해 어부들이 물고기를 많이 포획했어요.

참 câu cá 낚시하다 ➡ p.281

---

người mẫu
명
모델

Cô ấy là người mẫu đang hoạt động tại Mĩ.
그녀는 미국에서 활동하고 있는 모델이에요

---

nhà báo
명
신문 기자

Anh họ tôi là nhà báo của toà soạn báo Yonhap.
사촌 형은 연합뉴스의 신문 기자예요.

유 kí giả 신문 기자

nhà khoa học

과학자

Các **nhà khoa học** vừa phát hiện ra một hành tinh mới trong hệ Mặt trời.

과학자들이 태양계에서 새로운 행성을 발견했어요.

---

nhà sư

승려, 스님

Nhà sư đang tổ chức lễ cầu nguyện cho các phật tử.

스님이 불교 신자들을 위해 예불을 진행하고 있어요.

[참] phật tử 불교 신자 ➡ p.315

---

nhà thiết kế

디자이너

Cô ấy là **nhà thiết kế** áo dài cách tân.

그녀는 개량 아오자이 디자이너예요.

---

nhà văn

작가

Không phải **nhà văn** nào cũng có tâm hồn lãng mạn.

모든 작가가 낭만적인 마음을 가진 것은 아니에요.

[참] sáng tác 창작하다

---

nhạc sĩ

음악가

Nhạc sĩ đó thường sáng tác các bài hát nhạc Rock.

그 음악가는 보통 록 음악을 작곡해요.

[참] nghệ sĩ 예술가

nhạc trưởng
명
지휘자

Người **nhạc trưởng** đó học tập ở Vienna về.
그 지휘자는 비엔나에서 공부하고 왔어요.

유 người chỉ huy dàn nhạc 지휘자

nhân viên bảo vệ
명
경비원

Chú **nhân viên bảo vệ** luôn chào mọi người rất thân thiện.
경비원 아저씨는 항상 사람들에게 친절하게 인사해요.

유 nhân viên an ninh 경비원

nhân viên bưu điện
명
우편배달부

Chú **nhân viên bưu điện** luôn cười rạng rỡ mỗi khi gặp chúng tôi.
우편배달부 아저씨는 우리를 만날 때마다 항상 환하게 웃어요.

유 bưu tá 우편배달부
참 giao hàng 배달하다 ➡ p.168

nhân viên thu ngân
명
계산원

Nhân viên thu ngân ở đây xử lí công việc rất nhanh.
이곳의 계산원들은 정말 일을 빨리 처리해요.

참 thanh toán 계산하다(= tính tiền) ➡ p.170

phi công
명
조종사

Nghề **phi công** là nghề nghiệp đòi hỏi khả năng tập trung cao độ.
조종사는 높은 집중력을 요구하는 직업이에요.

참 điều khiển 조종하다

phóng viên
명
리포터

Cô ấy là **phóng viên** thời tiết thường trú tại Jeju.
그녀는 제주도에서 상주하는 기상 캐스터예요.

참 **thường trú** 상주하다

---

sinh viên
명
대학생

Trở thành **sinh viên** trường này là mục tiêu của nhiều học sinh cấp ba.
이 대학교의 학생이 되는 것은 많은 고등학생들의 목표예요.

참 **nghiên cứu sinh** 박사 연구생 ➡ p.294

---

tài xế
명
운전사

Chú **tài xế** đó luôn lái xe rất cẩn thận.
그 운전사 아저씨는 항상 운전을 조심히 해요.

유 **lái xe** 운전사
참 **tài xế taxi** 택시 기사

---

thẩm phán
명
판사

Phải làm như thế nào để trở thành **thẩm phán**?
판사가 되려면 어떻게 해야 돼요?

참 **phán quyết** 판결하다

---

thông dịch viên
명
통역사

Công ti tôi đang tuyển **thông dịch viên** tiếng Pháp.
우리 회사에서 프랑스어 통역사를 채용하고 있어요.

thợ ảnh

사진사

Anh ấy là **thợ ảnh** chuyên nghiệp nên chụp ảnh rất đẹp.

그는 전문 사진사라서 사진을 잘 찍어요.

유 nhiếp ảnh gia 사진 작가

thợ bảo dưỡng

정비사

Thợ bảo dưỡng ô tô ở chỗ tôi sống và làm việc rất chăm chỉ.

내가 살고 있는 동네의 자동차 정비사는 일을 정말 열심히 해요.

thợ làm bánh

제빵사

Tôi có kì thi lấy chứng chỉ **thợ làm bánh** vào tháng tới.

다음 달에 제빵사 자격증 시험이 있어요.

참 chứng chỉ 자격증

thợ làm tóc

미용사

Thợ làm tóc ở tiệm này không thân thiện.

이 미용실의 미용사는 친절하지 않아요.

유 thợ cắt tóc 미용사

thợ mỏ

광부

A **Thợ mỏ** có phải là nghề nghiệp nguy hiểm không?

광부가 위험한 직업인가요?

B Vâng, vì phải làm việc sâu trong lòng đất nên rất nguy hiểm.

네, 땅속에 들어가서 일을 하기 때문에 매우 위험해요.

참 khai thác mỏ 채굴하다

thợ mộc
명
목수

Hàng xóm của tôi là **thợ mộc** nổi tiếng.
우리 이웃은 유명한 목수예요.

---

thư kí
명
비서

Thư kí giám đốc thường phải làm việc vào cuối tuần.
사장님 비서는 보통 주말에 근무해야 해요.

---

tiếp viên hàng không
명
승무원

Tiếp viên hàng không là nghề nghiệp lí tưởng của nhiều bạn trẻ ngày nay.
승무원은 요즘 젊은이들에게 이상적인 직업이에요.

---

trợ giảng
명
조수, 조교

Anh ấy là **trợ giảng** đắc lực của giáo sư.
그는 교수님의 유능한 조교예요.

 trợ lí 조교, 조수

---

y tá
명
간호사

Y tá bảo tôi nhớ uống thuốc đều đặn mỗi ngày.
간호사가 저에게 매일 규칙적으로 약을 먹는 것을 명심하라고 했어요.

1 다음 그림에 해당하는 단어를 연결하세요.

(1)   (2)   (3)   (4)   (5)

•   •   •   •   •

•   •

① tài xế   ② ca sĩ   ③ họa sĩ   ④ thợ mộc   ⑤ bác sĩ thú y

2 다음 직업과 그 설명으로 알맞은 것을 서로 연결하세요.

(1) y tá   •   • ① Người lái máy bay.

(2) luật sư   •   • ② Người làm việc ở bệnh viện.

(3) phi công   •   • ③ Người làm việc ở tiệm uốn tóc.

(4) doanh nhân   •   • ④ Người làm công việc kinh doanh.

(5) thợ làm tóc   •   • ⑤ Người làm việc liên quan đến pháp luật.

(6) diễn viên múa   •   • ⑥ Người biểu diễn các bài múa trên sân khấu.

3 다음 질문에 알맞은 답을 연결하세요.

(1) Bố bạn làm nghề gì?   •   • ① Mình học thiết kế.

(2) Bạn học gì ở trường?   •   • ② Ở nhà hát.

(3) Mẹ bạn đang làm việc ở đâu?   •   • ③ Bố mình là nhạc trưởng.

III

식생활

Sinh hoạt ăn uống

🎧 MP3 **03-01**

cá
명
생선

Tôi thích món **cá** nướng nhất.
나는 생선 구이를 제일 좋아해요.

참 nướng 굽다 | chiên 튀기다 ➡ p.130

cá hồi
명
연어

A Bạn có thể đi ăn gỏi **cá hồi** với mình được không?
나랑 연어 회를 먹으러 갈 수 있어?

B Ừ, tối nay đi ăn nhé!
응, 오늘 밤에 먹으러 가자!

cá ngừ
명
참치

Phú Yên nổi tiếng với các món ăn làm từ mắt **cá ngừ**.
푸이엔은 참치 눈으로 만든 요리들로 유명해요.

cá quả
명
가물치

Lẩu **cá quả** rất thích hợp ăn vào những ngày mưa.
비가 오는 날에는 가물치 전골이 적합한 음식이죠.

남 cá lóc 가물치

con vẹm biển
명
홍합

Mẹ dùng **con vẹm biển** để làm ngọt nước dùng.
엄마는 홍합을 이용해 육수를 감칠맛 나게 만들어요.

🔍 베트남에서는 육수 맛을 표현할 때 ngọt(달다)을 사용하지만 '달다'의 의미가 아닌 '감칠맛이 있는', '맛있는'의 의미를 나타내요.

cua

게

Bố tôi đi chợ hải sản mua **cua** về làm món lẩu cua.

아빠가 꽃게탕을 만들기 위해 수산 시장에 가서 게를 사 왔어요.

🔍 của는 전치사(소유격)로 '~의', '~에 속하는'을 의미합니다.
(Quyển sách này của tôi. 이 책은 나의 것입니다.
Bố của tôi là bác sĩ. 나의 아버지는 의사입니다.)

---

gà ác

오골계

Món canh hầm **gà ác** này làm như thế nào vậy?

오골계 탕은 어떻게 만들어요?

참 món canh 국물 요리 | con gà 닭

---

hàu

굴

Bây giờ là mùa **hàu** ngon nhất.

지금은 굴이 가장 맛있는 철이에요.

참 mùa + 명사: ~이/가 많이 나오는 계절
(mùa hàu 굴이 많이 나오는 계절 | mùa xoài 망고가 많이 나오는 계절)

---

lươn

장어

Món **lươn** nướng rất tốt cho sức khoẻ.

장어구이는 건강에 매우 좋은 음식이에요.

ốc xà cừ

소라, 고동

Ở khu vực này, du khách có thể trải nghiệm bắt ốc xà cừ.

이 구역에서 관광객들이 소라 잡이 체험을 할 수 있어요.

sò
명
조개(류)

Gia đình cô ấy thường ăn món **sò** nướng mỗi khi đi biển.

그녀의 가족은 보통 해변에 갈 때마다 조개 구이를 먹어요.

---

thịt
명
고기

Món ăn này cần dùng **thịt** bò xay nhuyễn.

이 요리에 다진 소고기가 필요해요.

참 xay nhuyễn 분쇄하다, 갈다

---

thịt bò
명
소고기

Bạn có thể dùng chanh để làm mềm **thịt bò**.

소고기를 연하게 하기 위해 레몬을 쓸 수 있어요.

참 con trâu 물소 | thịt trâu 물소 고기

---

thịt cừu
명
양고기

A **Thịt cừu** này chế biến như thế nào nhỉ?

이 양고기는 어떻게 요리해요?

B Tôi sẽ cho ớt chuông xanh, ớt chuông đỏ, tỏi, nấm vào để làm món bít tết cắt miếng.

청피망, 홍피망, 마늘, 버섯 등을 넣은 촙스테이크로 만들 거예요.

참 chế biến 가공하다, 요리하다 | bít tết cắt miếng 촙스테이크

🔍 촙스테이크는 영문 그대로인 chopped steak로 쓰기도 합니다.

---

thịt dê
명
염소 고기

A Bạn từng ăn món lẩu **thịt dê** bao giờ chưa?

염소 고기 전골을 먹어 본 적이 있어요?

B Chưa, đây là lần đầu tiên mình ăn.

아니, 이번이 내가 처음 먹어 보는 거야.

thịt gà
명
닭고기

Mình thích **thịt gà**, nhất là gà rán.
나는 닭고기, 특히 프라이드 치킨을 좋아해.

---

thịt lợn
명
돼지고기

Tôi sẽ cắt **thịt lợn** mỏng để xào với ớt chuông.
돼지고기를 얇게 썰어서 피망과 볶을 거예요.

[남] thịt heo 돼지고기

---

thịt vịt
명
오리고기

Em trai tôi rất thích món **thịt vịt** hun khói.
우리 남동생은 훈제 오리고기를 매우 좋아해요.

[참] hun khói 훈제하다

---

tôm
명
새우

Cô ấy không ăn được **tôm**.
그녀는 새우를 못 먹어요.

---

tôm biển
명
바닷가재, 랍스터

Bạn có thể trải nghiệm bắt **tôm biển** tại thuyền
ngư dân ở đảo Bình Ba, tỉnh Khánh Hoà.
카잉화성 빙바섬에서는 어선에서 바닷가재 낚시 체험을 할 수 있
어요.

1 다음 그림에 해당하는 단어를 연결하세요.

(1)   (2)   (3)   (4)

•   •   •   •

•   •   •   •

① sò   ② tôm   ③ lươn   ④ ốc xà cừ

2 다음에서 같은 종류의 단어가 <u>아닌</u> 것을 고르세요.

(1) ① tôm   ② cua   ③ gà   ④ ốc

(2) ① cá quả   ② cá hồi   ③ thịt vịt   ④ cá ngừ

(3) ① thịt bò   ② tôm biển   ③ sò   ④ hàu

3 주어진 단어를 세 종류로 분류하세요.

| ① vịt | ② bò | ③ cừu | ④ tôm | ⑤ cua |
| ⑥ ốc | ⑦ gà ác | ⑧ dê | ⑨ lợn | ⑩ ngan |

(1) Gia súc	(2) Gia cầm	(3) Hải sản

bắp cải
명
양배추

Bắp cải Đà Lạt ngon hơn các vùng khác.
달랏의 양배추는 다른 지역 양배추보다 더 맛있어요.

---

bí đỏ
명
호박

Con trai anh ấy ghét món **bí đỏ**.
그의 아들은 호박 요리를 싫어해요.

유 bí ngô 호박

---

bưởi
동
자몽

Bưởi ở vùng này rất nổi tiếng.
이 지역의 자몽은 매우 유명해요.

---

cà chua
명
토마토

Anh ấy tự tay làm sốt **cà chua** cho con trai.
그는 아들을 위해 토마토 소스를 직접 만들었어요.

---

cà rốt
명
당근

A Bạn thường dùng **cà rốt** để nấu món gì?
너는 보통 당근을 사용해서 어떤 요리를 만들어?

B Mình thường nấu món cà ri.
나는 보통 카레를 요리해.

🔍 **cà rốt**은 프랑스어의 carotte(당근)에서 온 단어이고, **món cà ri**는 인도 타밀어 kari에서 온 단어예요.

cà tím

가지

Bố tôi trồng **cà tím** trên sân thượng.

아빠는 옥상에서 가지를 재배하세요.

---

cải thảo

배추

Nhà bà ngoại dùng 100 bắp **cải thảo** để làm kimchi.

외할머니 집에서는 배추 100포기로 김치를 만들어요.

🔍 bắp은 옥수수, 배추 등을 셀 때 사용하는 분류사예요. ➡ p.364

---

cam

오렌지

Cam này được trồng trong nước phải không?

이 오렌지는 국내에서 재배한 것인가요?

---

chanh

라임, 레몬

A 1kg **chanh** này bao nhiêu tiền?

레몬 1kg은 얼마예요?

B **Chanh** 1kg 50.000 đồng.

레몬 1kg은 5만 동이에요.

---

chín

(과일이) 익은

Tôi và bạn bè thích ăn xoài xanh hơn xoài **chín**.

나와 친구들은 익은 망고보다 파란 망고를 더 좋아해요.

🔍 chín은 명사로는 숫자 '9'를, 형용사로는 음식이 요리되었을 때 혹은 과일이 숙성했을 때의 '익은'의 의미예요. ➡ p.354

chuối

바나나

Dạo này giá **chuối** đã giảm nhiều.
요즘 바나나 가격이 많이 하락했어요.

---

dâu tây

딸기

Mùa đông là mùa **dâu tây** ngon nhất.
겨울은 딸기가 가장 맛있는 철이에요.

---

dưa chuột

오이

Tôi thường mua **dưa chuột** về để làm món sa lát.
나는 보통 오이를 사서 샐러드를 만들어요.

🔄 dưa leo 오이

🔍 샐러드는 베트남어로 sa lát이지만 요즘에는 영어 철자 그대로인 salad를 많이 사용하는 편이에요. ➡ p.127

---

dưa hấu

수박

Món nước ép **dưa hấu** bán rất chạy vào mùa hè.
여름에 수박 주스가 잘 팔려요.

참 dưa lưới 멜론 | bán chạy 잘 팔리다

---

dứa

파인애플

Tôi thích ăn **dứa** chấm với muối.
나는 파인애플을 소금에 찍어서 먹는 것을 좋아해요.

참 thơm 향기롭다 (남 파인애플)

dừa
명
코코넛

Mẹ tôi mua nước **dừa** để kho thịt.
엄마가 코코넛 주스를 가지고 고기 조림을 해요.

đu đủ
명
파파야

Cô ấy thích món gỏi **đu đủ** Thái Lan.
그녀는 태국식 파파야 샐러드를 좋아해요.

---

gạo
명
쌀

Cô ấy thường mua **gạo** trên mạng.
그녀는 보통 쌀을 인터넷에서 구매해요.

참 gạo nếp 찹쌀 | gạo tẻ 멥쌀

---

hành lá
명
파

Vì không có **hành lá** nên tôi không thể làm món bánh xèo **hành lá**.
파가 없어서 파전을 만들 수 없었어요.

---

hành tây
명
양파

Tôi bị cay mắt vì thái **hành tây**.
나는 양파를 썰어서 눈이 매워요.

참 thái 썰다

hạt dẻ
명
밤

Món **hạt dẻ** nướng bán trước cổng trường là ngon nhất.

학교 정문 앞에 파는 군밤이 제일 맛있어요.

[참] **hạt điều** 캐슈넛 | **lạc** 땅콩(**남** **đậu phộng**)

---

hạt mắc ca
명
마카다미아

Hạt mắc ca này là hàng nhập từ Mexico.

이 마카다미아는 멕시코 수입산이에요.

---

khoai lang
명
고구마

Củ **khoai lang** này to và ngon quá.

이 고구마는 정말 크고 맛있어요.

---

khoai tây
명
감자

Tôi thường đi đào **khoai tây** ở vườn nhà bà ngoại vào cuối tuần.

나는 주말에 외할머니 밭에 가서 감자를 캐요.

[참] **đào** 캐다

---

lê
명
배

A **Lê** này bao nhiêu một thùng vậy ạ?

배가 한 상자에 얼마예요?

B **Lê** này 35.000 won một thùng.

이 배는 한 상자에 35,000원이에요.

măng cụt
명
망고스틴

Ở đây chỉ có **măng cụt** đông lạnh thôi.
이곳에는 냉동 망고스틴만 있어요.

---

nấm
명
버섯

Món thịt ba chỉ nướng không thể không có **nấm**.
삼겹살 구이 요리에 버섯이 없으면 안 돼요.

---

ngô
명
옥수수

Ngô luộc này ngọt quá.
삶은 옥수수가 정말 달아요.
딥 **bắp** 옥수수

---

nhãn
명
용안

Nhà bạn tôi có vườn trồng **nhãn**.
친구 집에는 용안을 재배하는 과수원이 있어요.
참 **vườn trái cây** 과수원(= vườn hoa quả)

---

nho
명
포도

Bạn có thể trải nghiệm hái **nho** tại vườn hoa quả ở đây.
이 과수원에서는 포도 따기 체험을 할 수 있어요.

ớt
명
고추

Gia đình cô ấy luôn tự làm món tương ớt.
그녀 가족은 항상 고추장을 직접 만들어요.

참 tương ớt 고추장 | bột ớt 고춧가루

---

quả hạch
명
호두

Mọi người thường mua bánh nhân quả hạch nóng vào mùa đông.
겨울에는 사람들이 따뜻한 호두과자를 자주 사 먹어요.

유 quả óc chó 호두
참 hạnh nhân 아몬드

---

rau muống
명
모닝글로리, 공심채

Món rau muống xào ở nhà hàng này ngon lắm.
이 식당의 모닝글로리 볶음 요리는 아주 맛있어요.

참 xào 볶다

---

rau xà lách
명
상추

Cô ấy ăn nhiều rau xà lách mỗi khi ăn thịt nướng.
그녀는 구운 고기를 먹을 때마다 상추를 많이 먹어요.

---

sầu riêng
명
두리안

Cô ấy không ăn được sầu riêng.
그녀는 두리안을 못 먹어요.

táo
명
사과

A Ở khu vực này có vườn **táo** không?
이 지역에 사과 과수원이 있나요?

B Khu vực này chỉ có vườn nho thôi.
이 지역에는 포도밭만 있어요.

---

thanh long
명
용과

Vườn **thanh long** của ông nội năm nay được mùa.
할아버지의 용과 과수원이 올해도 풍년이에요.

---

tỏi
명
마늘

Tỏi tươi rất tốt cho sức khoẻ.
신선한 마늘은 건강에 매우 좋아요.

참 tươi 신선한 ➡ p.133

---

vải
명
리치

Nước **vải** này vừa rẻ vừa ngon.
리치 주스가 싸고 맛있어요.

참 chôm chôm 람부탄

---

xoài
명
망고

A **Xoài** ở Hàn Quốc có đắt không?
한국에서는 망고가 비싸요?

B Vâng, **xoài** là hoa quả vùng nhiệt đới nên khá đắt.
네, 망고는 열대 과일이라서 꽤 비싸요.

1 다음 그림에 해당하는 단어를 연결하세요.

(1)   (2)   (3)   (4)   (5)

• • • • •

• • • • •

① dứa ② dừa ③ nấm ④ cà tím ⑤ hạt dẻ

2 주어진 단어를 세 종류로 분류하세요.

① rau xà lách	② cải bắp	③ quả vải
④ củ cà rốt	⑤ quả cam	⑥ quả chuối
⑦ củ khoai tây	⑧ quả sầu riêng	⑨ củ khoai lang
⑩ bí đỏ	⑪ rau muống	⑫ củ tỏi

(1) Rau	(2) Củ	(3) Quả

3 다음 음식과 재료를 연결하세요.

(1) xôi • • ① xoài, dưa hấu

(2) sa lát • • ② rau xà lách, táo

(3) sinh tố • • ③ gạo nếp, đậu xanh

(4) món tráng miệng • • ④ chôm chôm, thanh long

bánh kem
명
케이크

Cô ấy làm **bánh kem** tươi rất ngon.
그녀는 생크림 케이크를 맛있게 만들어요.

㈀ bánh ga tô 케이크

bánh kẹo
명
과자

Ăn **bánh kẹo** nhiều không tốt cho răng.
과자를 너무 많이 먹으면 치아에 안 좋아요.

bánh mì
명
빵

Bánh mì ở tiệm này thường bán hết trước 7 giờ tối.
이 가게의 빵들은 항상 저녁 7시 전에 다 팔려요.

bia
명
맥주

Gà rán và **bia** là món ăn bán chạy quanh năm.
치킨과 맥주는 1년 내내 잘 팔리는 음식이에요.

㈂ bia hơi 생맥주(= bia tươi)

bột mì
명
밀가루

A Con dùng lọ **bột mì** này được không?
이 밀가루 통을 써도 돼요?

B Ừ, con cứ lấy dùng đi.
응, 가지고 가서 사용하렴.

bơ

명
버터

Nướng thịt bò với **bơ** rất ngon.
소고기를 버터와 같이 구우면 아주 맛있어요.

참 quả bơ 아보카도

---

cà phê

명
커피

Bạn ấy uống ba cốc **cà phê** mỗi ngày.
그 친구는 매일 커피 세 잔을 마셔요.

참 cà phê đá 아이스커피

---

dầu ăn

명
식용유

Anh ấy thường dùng **dầu ăn** làm từ lạc.
그는 보통 땅콩으로 만든 식용유를 사용해요.

đường

명
설탕

Tớ sẽ mua món trà sữa **đường** đen!
나는 흑설탕 밀크티를 살 거야!

참 trà sữa 밀크티

---

giấm

명
식초

Cho một chút **giấm** vào món sốt này đi!
이 소스에 식초를 조금 넣어 줘요!

남 dấm 식초

hạt tiêu

명
후추

Cô ấy đi chợ mua **hạt tiêu** trắng.
그녀는 시장에 가서 백후추를 샀어요.

---

hồng trà
명
홍차

A Bạn thường uống loại **hồng trà** nào?
너는 보통 어떤 홍차 종류를 마셔?

B Mình thường uống trà Bá Tước.
나는 보통 얼그레이 차를 마셔.

참 hồng 분홍색의, 장미 | trà Bá Tước 얼그레이 차
🔍 얼그레이 차는 영어 철자 그대로 **trà Earl Grey**로 쓰기도 해요.

---

hương liệu

명
향신료

Món cà ri Ấn Độ có nhiều **hương liệu** lạ.
인도 카레 요리에는 생소한 향신료가 많아요.

---

kem
명
아이스크림

A Bạn ăn được món **kem** trà xanh không?
녹차 아이스크림을 먹을 수 있어?

B Được, nhưng mình thích **kem** sô cô la hơn.
응, 그런데 나는 초콜릿 아이스크림을 더 좋아해.

참 kem (화장품) 크림

---

mật ong

명
꿀

Đây là **mật ong** làm từ hoa nhãn.
이 꿀은 용안 꽃으로 만들었어요.

참 ong 벌

mì Ý

명

파스타, 스파게티

Mì Ý ở tiệm này rất ngon.

이 식당 스파게티는 아주 맛있어요.

참 Ý 이탈리아 ➡ p.360

---

món súp

명

스프

Món súp nấm này hơi nhạt.

이 버섯 수프가 조금 싱거워요.

---

muối

명

소금

Mẹ rửa sạch hải sản bằng **muối**.

엄마가 소금으로 해산물을 깨끗이 씻어요.

---

mứt

명

잼, 젤리

Tôi mua dâu tươi về làm món **mứt** dâu.

나는 신선한 딸기를 사 와서 딸기잼을 만들어요.

---

nước

명

물

Tốt nhất là bạn nên uống **nước** khi khát nước.

갈증 날 때 물을 마시는 것이 가장 좋아요.

참 khát nước 갈증 나다

nước hoa quả

과일 주스

Cô ấy chỉ uống **nước hoa quả** vào mùa hè.

그녀는 여름에 과일 주스만 마셔요.

유 nước ép 착즙 주스
남 nước trái cây 과일 주스

---

nước mắm

액젓(류)

Người Việt Nam rất thích **nước mắm** Phú Quốc.

베트남 사람들이 푸꾸억 지역의 액젓을 좋아해요.

🔍 Phú Quốc은 베트남 남서부에 위치한 섬으로 청정 해역을 자랑하며 바다거북과 듀공을 볼 수 있는 곳으로 유명해요. 그리고 베트남 생선 소스인 '느억 맘(nước mắm)'이 가장 많이 생산되는 곳이기도 해요.

---

nước sốt

소스

Công thức của món **nước sốt** này như thế nào vậy?

이 소스의 레시피는 어떻게 돼요?

---

phô mai

치즈

Con gái của anh ấy rất thích **phô mai**.

그의 딸이 치즈를 아주 좋아해요.

---

rượu nho

포도주

Ở đây có nhiều loại **rượu nho** nhập khẩu.

여기에 많은 수입 포도주 종류가 있어요.

유 rượu vang 포도주

sa lát

명

샐러드

Hàng ngày, bạn ấy thường ăn **sa lát** vào buổi sáng.

매일, 그 친구는 보통 아침에 샐러드를 먹어요.

유 gỏi 베트남식 샐러드

---

sô cô la

명

초콜릿

Cô ấy thích món **sô cô la** trắng.

그녀는 화이트 초콜릿을 좋아해요.

---

sốt cà chua

명

케첩

Cô ấy luôn cho **sốt cà chua** vào món trứng cuộn.

그녀는 계란말이에 항상 케첩을 넣어요.

---

sốt mayonnaise

명

마요네즈

Sốt mayonnaise này quá ngọt!

이 마요네즈는 너무 달아요!

유 sốt ma giơ ne 마요네즈
참 ngọt 달다

---

sốt tương ớt

명

칠리소스

Tôi thích **sốt tương ớt** của Việt Nam.

나는 베트남 칠리소스를 좋아해요.

sữa

명

우유

Bạn ấy luôn chỉ mua **sữa** tươi ít béo.

그 친구는 항상 저지방 우유만 구매해요.

참 ít béo 저지방

---

thịt nguội

명

햄

Anh ấy không ăn **thịt nguội** trong bánh mì.

그는 바잉 미에 들어간 햄을 안 먹어요.

🔍 밀가루와 쌀가루를 혼합해 만든 베트남식 바게트 **bánh mì**는 그대로 떼어서 먹거나 햄, 야채, 여러가지 고기, 양념을 넣어 샌드위치처럼 먹기도 해요. ➡ p.122

---

trà xanh

명

녹차

Giáo sư ấy thích các sản phẩm **trà xanh** của Jeju.

그 교수님은 제주 녹차 제품들을 좋아하세요.

---

trứng

명

달걀

Cho hai quả **trứng** vào mì tôm nhé!

라면에 달걀 두 개를 넣어 줘.

참 mì tôm 라면

---

xì dầu

명

간장

Mẹ thường ăn đậu chấm **xì dầu**.

엄마는 보통 두부를 간장에 찍어서 드세요.

1 다음 그림에 해당하는 단어를 연결하세요.

(1)   (2)   (3)   (4)

・ ・ ・ ・

・ ・ ・ ・

① hạt tiêu ② mật ong ③ phô mai ④ bánh kem

2 다음 빈칸에 알맞은 단어를 아래에서 골라 쓰세요.

dầu ăn	mứt	sa lát	cà phê

(1) Vì sợ béo nên chị gái tôi thường dùng ít _____ để nấu ăn.

(2) Vào buổi sáng, bố tôi thường uống một hoặc hai cốc _____.

(3) Nguyên liệu để làm món _____ là rau xà lách, cà rốt, dưa chuột, khoai tây.

(4) Vào ngày Tết, người Việt Nam thường ăn nhiều loại bánh kẹo và _____ hoa quả.

3 다음 괄호 안의 표현 중 알맞은 것을 골라 문장을 완성하세요.

(1) Đồ uống phổ biến ở các quán ăn Việt Nam là (bia hơi / nước sốt).

(2) (Kem / Muối) sẽ bị chảy nước nếu bạn không bảo quản trong tủ lạnh.

(3) Việt Nam là quốc gia sản xuất (cà phê / hương liệu) lớn thứ hai trên thế giới.

(4) Gia vị mà mẹ mình thường dùng để nấu ăn là (hồng trà / hạt tiêu).

---

béo

형

기름진

Anh ấy không ăn món ăn béo vào ban đêm.
그는 밤에 기름진 음식을 잘 안 먹어요.

유 ngậy 기름진(= nhiều dầu mỡ)

---

bóc vỏ

동

껍질을 벗기다

Anh ấy bóc vỏ hành tây nhanh lắm.
그는 양파 껍질을 매우 빨리 벗겨요.

---

cảm giác thèm ăn

명

식욕

Món cháo gà kích thích cảm giác thèm ăn của cô ấy.
닭죽은 그녀의 식욕을 자극했어요.

참 kích thích 자극하다

---

cắt

동

자르다

Cắt táo làm đôi rồi cho vào nồi nhé.
사과를 반으로 잘라 냄비에 넣어 주세요!

유 thái 자르다, 썰다

---

chiên

동

튀기다

Cô ấy chiên gà bằng máy chiên không dầu.
그녀가 에어프라이기로 통닭을 튀겨요.

참 máy chiên không dầu 에어프라이기

đổ ~ vào
동
~을/를 붓다

Tôi thường **đổ** dầu ăn **vào** chảo trước khi bật bếp ga.

나는 보통 가스레인지를 켜기 전에 프라이팬에 식용유를 넣어요.

참 đổ vào (액체를) 붓다

đun sôi
동
끓이다

Đun sôi nước với một chút muối nhé!

소금을 조금 넣고 물을 끓이세요!

---

hấp
동
찌다

Tôi **hấp** bí đỏ ngọt làm thành món ăn vặt.

나는 간식으로 단호박을 쪘어요.

남 bí đỏ ngọt 단호박

---

khuấy
동
섞다, 젓다

Khuấy thật đều cà phê và sữa trước khi uống nhé!

마시기 전에 커피와 우유를 잘 저어 주세요!

남 quấy 휘저어 섞다

---

luộc
동
삶다

Gà **luộc** là món ăn truyền thống của ngày Tết Việt Nam.

가 루옥(삶은 닭)은 베트남 설 전통 음식이에요.

nấu
(동)
조리하다

Nấu thịt này bằng lửa nhỏ khoảng 30 phút là được.
고기를 30분 동안 약한 불로 조리하면 돼요.

참 lửa nhỏ 약한 불 | lửa vừa 중간 불 | lửa to 센 불

---

nêm gia vị
(동)
양념을 하다

Cô ấy quên không **nêm gia vị** cho món canh.
그녀는 찌개 요리에 양념을 하는 것을 잊어버렸어요.

---

nếm thử
(동)
맛보다

A Cho tớ **nếm thử** nước hoa quả của cậu được không?
너의 과일 주스를 맛봐도 돼?

B Ừ, được chứ!
응, (당연히) 되지!

---

nướng
(동)
굽다

Nướng thịt trên bếp than ngon hơn nướng trên bếp ga.
숯불로 고기를 굽는 것이 가스레인지로 굽는 것보다 맛있어요.

---

ngon
(형)
맛이 있는

Món thịt luộc này **ngon** quá!
이 보쌈이 정말 맛있네요!

🔍 위로 올라가는 성조(´)인 ngón은 '손가락'의 의미예요.

nhào bột

반죽하다

Cô ấy không thể **nhào bột** vì cổ tay yếu.

그녀는 손목이 약해서 반죽을 할 수 없어요.

---

nhạt

싱거운

Cô ấy chỉ ăn món ăn **nhạt**.

그녀는 싱거운 음식만 먹어요.

반 **mặn** 짠

---

thanh đạm

담백한

Tuy bữa ăn của gia đình cô ấy trông **thanh đạm** nhưng rất ngon.

그녀 가족의 식사는 담백해 보이지만 아주 맛있어요.

참 **trông + 형용사: ~해 보이다**

---

trộn

섞다

Khi ăn món mì **trộn**, bạn phải trộn tương ớt đều lên.

비빔국수를 먹을 때는 고추장을 (넣고) 골고루 비벼야 해요.

---

tươi

신선한

Hải sản ở chợ này **tươi** lắm.

이 시장의 해산물은 매우 신선해요.

반 **héo** 시들다
참 **hải sản** 해산물 | **thuỷ sản** 수산물

vị cay

명

매운맛

Cô ấy thích **vị cay** của ớt Việt Nam.

그녀는 베트남 고추의 매운맛을 좋아해요.

---

vị chua

명

신맛

Vị chua của chanh làm món ăn trở nên ngon hơn.

레몬의 신맛은 요리를 더 맛있게 만들어요.

참   tính axít 산성

---

vị đắng

명

쓴맛

Mướp đắng có **vị đắng** mạnh nhưng rất tốt cho sức khoẻ.

여주는 강한 쓴맛이 있지만 건강에 아주 좋아요.

🔍   베트남에서는 여주 열매를 샐러드 혹은 육류와 볶거나, 야채로 다양하게 조리해서 먹어요. 또한 말려서 차로 마시기도 해요.

---

vị mặn

명

짠맛

Mẹ làm giảm **vị mặn** của món cá kho bằng củ cải.

엄마가 무로 생선조림의 짠맛을 줄였어요.

---

vị ngọt

명

단맛

Tôi thích **vị ngọt** của mật ong hơn **vị ngọt** của đường đen.

나는 흑설탕의 단맛보다 꿀의 단맛을 더 좋아해요.

1 다음 맛에 해당하는 재료를 연결하세요.

(1) cay •   • ① muối

(2) mặn •   • ② hạt tiêu

(3) chua •   • ③ chanh

(4) đắng •   • ④ mật ong

(5) ngọt •   • ⑤ cà phê

2 다음 괄호 안의 표현 중 알맞은 것을 골라 문장을 완성하세요.

(1) Người Việt Nam thường ăn gà (luộc / trộn) vào ngày Tết âm lịch.

(2) Để (xào / nấu) canh cá, cô ấy đã đi chợ mua cá tươi từ sáng sớm.

(3) Khoai tây (chiên / bóc vỏ) là món ăn phổ biến ở các quán ăn nhanh.

(4) Người Hàn Quốc thường ăn thịt ba chỉ (nướng / sấy) với rau xà lách.

3 다음 빈칸에 알맞은 단어를 아래에서 골라 쓰세요.

đun sôi	thái	ngọt	nhạt

(1) Hãy _____ thịt thành miếng dài khoảng 3cm.

(2) Cô ấy không thích đồ ăn _____ vì cô ấy rất béo.

(3) Người Việt Nam thường uống nước _____ để nguội.

(4) Món ăn _____ quá. Mình cho thêm một chút muối nữa nhé?

ấm nước
명
주전자

Ấm nước đó là sản phẩm độc quyền của làng gốm Bát Tràng nổi tiếng.

그 주전자는 유명한 밧짱 도자기 마을의 전매품이에요.

참 phích nước 보온병

---

bát
명
사발, 공기, 그릇

Cho tôi một **bát** phở gà loại đặc biệt nhé!

특선 닭고기 쌀국수 한 그릇 주세요!

남 tô 그릇

🔍 đặc biệt은 '특별한', '특히'의 의미로 사용되기도 합니다.

---

bát đũa
명
식기

Con hãy sắp xếp **bát đũa** cho ngăn nắp.

얘야, 식기를 깔끔하게 정리하렴.

---

bếp ga
명
가스레인지

Đây là sản phẩm **bếp ga** nhập khẩu.

이것은 수입 가스레인지 제품이에요.

참 nhập khẩu 수입하다 ➡ p.335

---

bình nước
명
물병

A Bạn mua **bình nước** này ở đâu vậy?

이 물병을 어디서 구매했어요?

B Mình mua trên mạng internet.

인터넷 쇼핑몰에서 구매했어.

cân
명
저울

Dạo này, nhiều người dùng cân điện tử hơn.
요즘에는 많은 사람들이 전자 저울을 더 많이 사용해요.

🔍 동사로 쓰면 '무게를 달다'의 의미이고, cân nặng은 '몸무게'라는 뜻이에요. ➡ p.23

---

cốc
명
컵

Cà phê trong cốc bị đổ hết rồi.
컵 안의 커피가 다 쏟아졌어요.

🔲 ly 컵

---

cốc trà
명
찻잔

Vào những ngày mưa, tôi thường pha một cốc trà nóng.
비가 오는 날에 보통 따뜻한 차 한잔을 만들어 마셔요.

🔲 tách trà 찻잔

---

công thức
명
레시피

Tôi thường nấu ăn theo công thức.
나는 보통 레시피를 따라서 요리를 해요.

🔍 '수학 공식'이라는 의미도 있어요.

---

chảo
명
프라이팬

Cái chảo này mỏng quá.
이 프라이팬은 너무 얇아요!

🔍 아래로 내려가는 성조(`)인 chào로 쓰면 '안녕하세요', '안녕히 계세요' 등의 인사 표현이 되고, 위로 올라가는 성조(´)인 cháo로 쓰면 '죽'의 의미예요.

chum

장독

Ở nông thôn Hàn Quốc, người ta vẫn bảo quản
tương ớt, tương đậu trong **chum**.
한국의 시골에서는 아직도 고추장, 된장 등을 장독에 보관해요.

유 vại (lớn) 항아리

---

dao
명
칼

Con **dao** này nhỏ quá nên không thái thịt được.
이 칼이 너무 작아서 고기를 자를 수 없어요.

---

dĩa
명
포크

Con gái tôi đã biết dùng **dĩa** ăn mì rồi.
우리 딸은 포크를 사용해서 국수를 먹을 줄 알아요.

참 dùng 사용하다
남 nĩa 포크
🔍 dùng이 '먹다'의 의미로 사용되면 높임 표현인 '드시다'가 돼요.

đĩa
명
접시

Cái **đĩa** này là sản phẩm cao cấp.
이 접시는 고급 제품이에요.

남 dĩa 접시

đũa
명
젓가락

Tôi thích **đũa** gỗ vì nó nhẹ.
나무젓가락이 가벼워서 좋아요.

참 đũa inox 쇠젓가락

khăn bếp

키친타월

Con à, nhớ mua **khăn bếp** và sữa trên đường về nhà nhé.

애야, 집에 오는 길에 키친타월과 우유를 꼭 사 오렴.

---

khăn lau bát đĩa

행주

Hãy lau sạch nước trên đĩa bằng **khăn lau bát đĩa**.

행주로 접시의 물기를 닦아 주세요.

---

lò nướng

오븐

Món gà nướng bằng **lò nướng** của mẹ tôi làm rất ngon.

엄마가 오븐으로 요리해 준 통닭구이는 정말 맛있어요.

---

lò vi sóng

전자레인지

Cô ấy không thể sống thiếu **lò vi sóng**.

그녀는 전자레인지 없이 못 살아요.

🈯 lò vi ba 전자레인지

---

nồi

냄비

A Bộ **nồi** này bao nhiêu tiền?

이 냄비 세트는 얼마예요?

B Bộ này 1.500.000 đồng.

이 세트는 백오십만 동이에요.

nồi cơm điện
명
전기밥솥

Nồi cơm điện bị hỏng nên tôi phải đi mua mì gói.
전기밥솥이 고장 나서 라면을 사러 가야 해요.

참 mì gói 라면

---

nồi hấp
명
찜기

Tôi mua nồi hấp này trên mạng.
이 찜기를 인터넷에서 구매했어요.

남 xửng hấp 찜기

---

tạp dề
명
앞치마

Tôi luôn phải mặc tạp dề khi nấu ăn.
나는 요리할 때 꼭 앞치마를 입고 해요.

---

thìa
명
숟가락

Bạn lấy giúp mình thêm một cái thìa nữa nhé!
나에게 숟가락 하나 더 줘!

참 thìa cà phê 티스푼
남 muỗng 숟가락

---

thớt
명
도마

Phải rửa sạch và làm khô thớt sau khi sử dụng.
쓰고 난 도마는 깨끗이 씻어서 잘 말려야 해요.

1 다음 단어와 그 설명으로 알맞은 것을 서로 연결하세요.

(1) cốc • • ① Đồ dùng để uống.

(2) dao • • ② Đồ dùng để nấu thức ăn.

(3) nồi • • ③ Đồ dùng để nướng thịt, cá.

(4) bát to • • ④ Dụng cụ để thái hoặc cắt.

(5) lò nướng • • ⑤ Đồ dùng để ăn phở hoặc đựng canh.

2 다음 그림에 해당하는 단어를 연결하세요.

(1) (2) (3) (4)

① cái cân ② bếp ga ③ bình nước ④ nồi cơm điện

3 다음 빈칸에 알맞은 단어를 아래에서 골라 쓰세요.

| đĩa | ấm nước | nồi hấp |

(1) Em ơi, cho anh hai cốc bia và một _____ nem rán.

(2) Nếu bạn muốn ăn các món hấp thì bạn nên mua một cái

_____.

(3) Trước khi pha trà, người Việt Nam thường tráng _____ bằng nước nóng.

cửa hàng bán cá
⑲
생선 가게

Cửa hàng bán cá đó luôn mở cửa từ 8 giờ sáng.
그 생선 가게는 항상 오전 8시부터 영업을 해요.

[참] **cửa hàng** 가게, 상점 ➡ p.167

---

cửa hàng bánh mì
⑲
빵집

Cửa hàng bánh mì hữu cơ này gần nhà tôi.
이 유기농 빵집은 우리 집과 가까워요.

[참] **hữu cơ** 유기농(의)

---

cửa hàng thịt
⑲
정육점

Cô ấy ghé **cửa hàng thịt** trước rồi mới đi siêu thị.
그녀는 먼저 정육점을 들르고 나서 마트에 가요.

---

cửa hàng thực phẩm
⑲
식료품점

Cửa hàng thực phẩm ở nơi tôi sống đóng cửa vào thứ hai.
내가 살고 있는 동네의 식료품점은 월요일에 문을 닫아요.

---

chợ
⑲
시장

Mẹ tôi thích đi **chợ** hơn đi siêu thị.
엄마는 마트보다 시장에 가는 것을 더 좋아해요.

đặc sản
명
특산품

Nhân sâm là **đặc sản** của Hàn Quốc.
인삼은 한국의 특산품이에요.

đặt trước
명
예약하다

Bạn phải **đặt trước** khi đến quán ăn này.
이 식당은 방문하기 전에 반드시 예약을 해야 해요.
참 **đặt cọc** 계약금을 내다, 보증금을 내다

---

hoá đơn
명
계산서

In **hoá đơn** giúp tôi nhé!
계산서를 출력해 주세요!

---

món ăn
명
요리

Món ăn này hơi cay.
이 요리는 조금 매워요.

---

món khai vị
명
전채 요리

Món khai vị hôm nay là món súp nấm.
오늘의 전채 요리는 버섯 수프예요.
참 **khai vị** 식욕을 돋우는

món tráng miệng

명

후식

A **Món tráng miệng** hôm nay là món gì vậy?
오늘 후식은 어떤 것이에요?

B **Món tráng miệng** hôm nay là bánh Flan.
오늘 후식은 바잉 플란이에요.

🔍 bánh Flan은 유럽에서 유래된 베트남 스타일 푸딩으로 달걀, 우유, 캐러멜로 만들어요.

---

người ăn chay

명

채식주의자

Cô ấy đã trở thành **người ăn chay** được 3 năm rồi.
그녀는 채식주의자가 된 지 3년이 되었어요.

---

nhà hàng

명

식당

Nhà hàng này nằm ở vị trí trung tâm của con đường.
이 식당은 거리 중심에 위치하고 있어요.

유 quán ăn 식당

---

nhân viên phục vụ

명

종업원

Nhân viên phục vụ quán cà phê rất thân thiện.
카페 종업원들이 매우 친절해요.

참 phục vụ 서비스를 제공하다

---

quán bar

명

바(Bar)

Quán bar này rất nổi tiếng trong giới nghệ sĩ.
이 바가 연예인들 사이에 아주 유명해요.

quán cà phê

커피숍, 카페

Quán cà phê mới mở tuần trước rất rộng và cà phê cũng rất ngon.

지난주에 새로 연 카페는 매우 넓고 커피도 매우 맛있어요.

---

siêu thị

슈퍼마켓

A **Siêu thị** đó có bán bào ngư không?

그 슈퍼마켓에서 전복을 팔아요?

B Không. Bào ngư được bán ở cửa hàng hải sản bên cạnh.

아니요. 전복은 그 옆 해산물 가게에서 팔아요.

---

thức ăn nhanh

패스트푸드

Anh ấy thường mua **thức ăn nhanh** vào mỗi tối thứ sáu.

그는 보통 금요일 저녁마다 패스트푸드를 사요.

참 cửa hàng bán đồ ăn nhanh 패스트푸드점

---

thực đơn

메뉴

A **Thực đơn** bữa sáng có món gì vậy?

아침 메뉴에 어떤 요리가 있어요?

B **Thực đơn** bữa sáng có phở bò và cháo gà.

아침 메뉴는 소고기 쌀국수와 닭죽이 있어요.

---

tiền tip

팁

Thông thường, **tiền tip** cho nhân viên phục vụ là 10% giá món ăn.

보통 종업원에게 주는 팁은 음식값의 10%예요.

유 tiền bo 팁

1 다음 음식과 그것을 파는 가게를 서로 연결하세요.

(1) gạo, ngô, khoai •   • ① siêu thị

(2) thịt bò, thịt lợn, thì gà •   • ② quán bar

(3) rượu vang, bia, cốc tai •   • ③ quán cà phê

(4) sinh tố, cà phê sữa, trà nóng •   • ④ cửa hàng bán thịt

(5) bánh kẹo, rau quả, đồ dùng •   • ⑤ cửa hàng thực phẩm
       gia đình

2 다음 단어와 그 설명으로 알맞은 것을 서로 연결하세요.

(1) đầu bếp •   • ① Người phụ trách nấu ăn trong nhà hàng.

(2) khách hàng •   • ② Người làm việc phục vụ trong nhà hàng.

(3) người ăn chay •   • ③ Người đi mua sắm hoặc sử dụng các dịch vụ.

(4) nhân viên phục vụ •   • ④ Người không ăn thịt, cá mà chỉ ăn rau, củ, quả

3 다음 빈칸에 알맞은 단어를 아래에서 골라 쓰세요.

hoá đơn	thức ăn nhanh	thực đơn

(1) Anh ơi, cho tôi _____ để thanh toán nhé.

(2) Hãy chọn món ăn bạn muốn ăn trong _____.

(3) Tôi ăn trưa với _____ rồi đến trường.

IV 패션·쇼핑

Thời trang · Mua sắm

🎧 MP3 **04-01**

bàn chải đánh răng 🅜 칫솔	Bố mẹ tôi luôn thay **bàn chải đánh răng** sau ba tháng. 부모님은 항상 3개월마다 새 칫솔로 바꿔요.

băng vệ sinh 🅜 생리대	Nhiều phụ nữ đang sử dụng **băng vệ sinh** cotton vì môi trường và sức khoẻ của họ. 환경과 건강을 생각해서 면 생리대를 사용하는 여성이 늘어나고 있어요.

cái cắt móng tay 🅜 손톱깎이	**Cái cắt móng tay** này bị cùn rồi. 이 손톱깎이가 무뎌졌어요. 🈂 bị cùn 녹슬다, 무디어지다

cạo râu 🅓 면도하다	Anh ấy bị thương nhẹ khi đang **cạo râu**. 그는 면도를 하다가 조금 다쳤어요. 🈂 bị thương 다치다, 상처를 입다

cắt móng tay 🅓 손톱을 자르다	Tôi đang **cắt móng tay** thì có điện thoại. 손톱을 자르고 있는데 전화가 왔어요.

dầu gội đầu

명
샴푸

Mình thích **dầu gội đầu** thảo dược hơn các loại khác.

나는 다른 종류 샴푸보다 허브 샴푸를 더 좋아해요.

참 dầu xả 린스, 헤어 컨디셔너 I thảo dược 허브

---

giấy vệ sinh cuộn

명
두루마리 휴지

Cậu ấy mua quà tân gia là **giấy vệ sinh cuộn** cao cấp.

그 친구는 집들이 선물로 고급 두루마리 휴지를 구매했어요.

참 giấy ăn 냅킨 I giấy trang điểm 화장지

---

kem dưỡng

명
크림

Mùa đông, mọi người phải dùng **kem dưỡng** ẩm để bảo vệ da.

겨울에 다들 피부를 보호하기 위해 수분 크림을 사용해야 해요.

---

kem đánh răng

명
치약

Kem đánh răng của thương hiệu đó thế nào?

그 브랜드의 치약이 어때?

참 thương hiệu 브랜드, 상호

---

kiểu tóc

명
헤어스타일

Kiểu tóc bạn mới đổi thật sự rất hợp với bạn!

새로 바꾼 헤어스타일이 정말 잘 어울리는구나!

khăn tắm

명

수건

Anh ấy đi siêu thị mua **khăn tắm**.

그는 수건을 사러 마트에 가요.

참 khăn tay 손수건

---

khẩu trang

명

마스크

Đeo **khẩu trang** trở thành việc cần thiết do vi rút và ô nhiễm môi trường.

바이러스와 환경 오염으로 마스크 착용이 필수가 되었어요.

---

làm đẹp

동

멋을 내다

Sau khi bắt đầu hẹn hò yêu đương anh ấy chăm chỉ **làm đẹp** hơn.

그는 연애를 시작한 후 더 열심히 멋을 내고 다녀요.

---

máy cạo râu

명

면도기

Mình mới mua **máy cạo râu** tuần trước.

나는 지난주에 면도기를 샀어요.

---

máy sấy tóc

명

헤어 드라이기

A Bạn dùng **máy sấy tóc** này được bao lâu rồi?

이 헤어 드라이기를 쓴 지 얼마나 되었어?

B Mình dùng máy này mới được mấy tháng thôi.

이것을 사용한 지 몇 달밖에 안 되었어.

참 sấy 말리다, 화재를 진압하다 ➡ p.151

mĩ phẩm

화장품

Tôi mua nhiều mĩ phẩm dưỡng da.
나는 스킨케어 화장품을 많이 구매하는 편이에요.

참 mĩ phẩm dưỡng da 스킨케어 화장품

nước hoa
명
향수

Cô ấy thường tự làm nước hoa tặng cho bạn trai.
그녀는 보통 향수를 직접 만들어서 남자 친구에게 선물해요.

참 nước hoa hồng 토너 (스킨로션)

nhuộm

염색하다

Cô ấy chưa bao giờ nhuộm tóc.
그녀는 머리를 한 번도 염색한 적이 없어요.

참 tóc tự nhiên 생머리

sấy

말리다

Thợ làm tóc sẽ sấy tóc cho anh ấy rồi tạo kiểu.
미용사가 그의 머리를 말린 후 헤어스타일링을 해 줬어요.

참 tạo kiểu 스타일을 만들다 | sấy khô 말리다, 건조하다

son môi
명
립스틱

Đó là son môi mới mà mình được tặng.
그것은 제가 선물 받은 새 립스틱이에요.

참 son lì 매트한 립스틱 | son bóng 글로스 립스틱

trang điểm
동
화장하다

Mình mất nhiều thời gian để **trang điểm**.
나는 화장하는 데 시간이 오래 걸려요.

반 tẩy trang 화장을 지우다
참 mặt mộc 화장을 하지 않은 얼굴, 맨 얼굴

uốn tóc
동
파마하다

Chị ấy định đi **uốn tóc** vào thứ bảy.
그녀는 토요일에 파마하러 가려고 해요.

vệ sinh
명
위생

Mọi người nên rửa tay thật sạch để đảm bảo **vệ sinh** cá nhân.
개인위생을 보장하기 위해 손을 깨끗이 씻어야 해요.

참 đảm bảo 담보하다, 보증하다

vòi hoa sen
명
샤워기

Vòi hoa sen bị hỏng nên phải thay loại khác.
샤워기가 고장 나서 다른 것으로 교체해야 해요.

xà phòng
명
비누

Mẹ thường dùng **xà phòng** khi giặt tay.
엄마는 손빨래를 할 때 비누를 써요.

님 xà bông 비누

1 다음 그림에 해당하는 단어를 연결하세요.

(1)　　　　　　(2)　　　　　　(3)　　　　　　(4)

　　•　　　　　　•　　　　　　•　　　　　　•

　　•　　　　　　•　　　　　　•　　　　　　•
　① dầu gội　　② khăn tắm　　③ máy sấy tóc　　④ bàn chải
　　　　　　　　　　　　　　　　　　　　　đánh răng

2 다음 명사와 알맞은 동사를 연결하세요.

(1) tóc　　　•　　　　　　　•　① cắt

(2) đầu　　　•　　　　　　　•　② cạo

(3) râu　　　•　　　　　　　•　③ gội

(4) răng　　•　　　　　　　•　④ sấy

(5) móng tay　•　　　　　　•　⑤ đánh

3 다음 괄호 안의 표현 중 알맞은 것을 골라 문장을 완성하세요.

(1) Đi làm về, cô ấy thường (tẩy trang / trang điểm) ngay.

(2) Dạo này, (màu tóc / kiểu tóc) ngắn đang rất mốt ở Việt Nam.

(3) Tôi không thích tóc thẳng. Tôi muốn (uốn tóc / nhuộm tóc).

(4) Bà tôi thường gội đầu bằng (kem dưỡng / dầu gội đầu) thảo dược.

áo choàng
명
코트, 외투

Hôm nay tôi sẽ đem **áo choàng** ra tiệm giặt là.
오늘 나는 코트를 세탁소에 맡기러 가요.

áo gi-lê
명
조끼

A Trời đang lạnh vậy mà bạn chỉ mặc mỗi **áo gi-lê** thôi à? 날씨가 이렇게 추운데 조끼만 입는 거야?

B Ừ, mình mặc áo len dày rồi nên không sao đâu.
응, 두꺼운 스웨터를 입어서 괜찮아.

áo khoác
명
재킷

Mình thích sưu tập các loại **áo khoác** bằng da.
나는 각종 가죽 재킷을 수집하는 것을 좋아해요.

참 sưu tập 수집하다

áo len
명
스웨터

Mọi người khen **áo len** tôi mới mua rất đẹp.
다들 얼마 전에 내가 산 스웨터가 아주 예쁘다고 칭찬했어요.

áo lót
명
속옷

A Bạn thường mua **áo lót** ở đâu?
너는 보통 속옷을 어디에서 구매해?

B Tớ thường đi đến trung tâm thương mại và mua cùng chị gái.
나는 보통 언니랑 같이 백화점에 가서 구매해.

참 quần lót 팬티

áo phông
명
티셔츠

Áo phông này làm bằng vải cotton.

이 티셔츠는 면으로 만든 옷이에요.

유 áo thun 티셔츠
참 làm bằng + 명사: ~(으)로 만들다

áo sơ mi
명
셔츠, 남방

Cái **áo sơ mi** này bị dính vết bẩn rồi.

이 셔츠에 얼룩이 묻어 있네요.

참 vết bẩn 얼룩

áo sơ mi nữ
명
블라우스

Áo sơ mi nữ này vừa đẹp vừa rẻ.

이 블라우스는 저렴하면서 예뻐요.

---

cắt ngắn
동
줄이다

Tôi đã **cắt ngắn** chiều dài chiếc quần mới mua đến mắt cá chân.

발목에 맞춰 새로 산 바지 길이를 줄였어요.

---

cởi
동
벗다

Bạn thường phải **cởi** giày khi vào nhà người Việt Nam.

보통 베트남 사람들 집에 들어갈 때는 신발을 벗어야 해요.

참 tháo 풀다, 뜯다 ➡ p.158

cúc
명
단추

Cúc áo sơ mi bị rơi rồi mà bố không biết.
셔츠의 단추가 떨어졌는데 아빠가 그걸 모르셨어요.

[참] bị rơi 떨어지다

đặt may
동
맞추다

Áo dài đẹp nhất khi được **đặt may** và mặc đúng với số đo của người mặc.
아오자이는 자신의 사이즈에 맞춰서 입을 때 제일 아름다워요.

đồ bơi
명
수영복

Cửa hàng này không có **đồ bơi** cho trẻ em.
이 가게에는 아동용 수영복이 없어요.

[참] bơi 수영하다 ➡ p.281

---

giặt khô
동
드라이클리닝 하다

Dạo này, chi phí **giặt khô** áo mùa đông cực kì đắt.
요즘 겨울옷을 드라이클리닝 하는 비용이 매우 비싸요.

---

hợp
동
어울리다

Cô ấy rất **hợp** với áo màu xanh lá cây.
그녀는 녹색 옷이 매우 잘 어울려요.

khâu

바느질하다

Mẹ **khâu** lại chiếc quần bị rách cho con trai.
엄마가 아들의 찢어진 바지를 바느질해요.

[유] vá 수선하다

---

mặc

입다

Anh ấy chỉ **mặc** quần áo màu xám.
그는 회색 옷만 입어요.

---

nới rộng

늘리다

Cái áo khoác này phải **nới rộng** thêm tay áo một chút.
이 재킷의 소매통을 조금 넓혀야 해요.

---

quàng

두르다

Thời tiết rất lạnh nên em **quàng** khăn quàng cổ khi ra ngoài nhé.
날씨가 많이 추우니까 목도리를 두르고 나가렴.

---

quần

바지

Quần mẹ mua rất vừa vặn với tôi.
엄마가 사다 준 바지가 나에게 딱 맞아요.

[참] quần jean 청바지(= quần bò)

quần áo
명
옷

Tôi đang sắp xếp lại **quần áo** mùa đông.
나는 겨울옷을 정리하고 있어요.

---

quần áo ngủ
명
파자마

Cả gia đình mặc **quần áo ngủ** cùng một kiểu thiết kế.
온 가족이 같은 디자인의 파자마를 입어요.

유 đồ ngủ 잠옷

---

sửa quần áo
동
수선하다

A Gần chỗ bạn có chỗ nào **sửa quần áo** không?
너의 집 근처에 옷을 수선하는 곳이 있니?

B Ừ, có một cửa hàng **sửa quần áo** và chủ tiệm sửa đẹp lắm!
응, 수선 가게가 하나 있는데 주인이 수선을 매우 잘해!

---

tay áo
명
소매

Tôi đem áo vét ra cửa hàng sửa quần áo để cắt ngắn **tay áo**.
나는 정장 소매 기장을 줄이려고 옷을 수선 집에 가져가요.

참 áo vét 양복, 정장

---

tháo
동
풀다

Tôi thường **tháo** đồng hồ đeo tay rồi để trên bàn trang điểm khi về đến nhà.
나는 보통 집에 오면 손목시계를 풀어서 화장대에 올려 놓아요.

thịnh hành 동 유행하다	Hoạ tiết hoa và màu xanh bạc hà sẽ **thịnh hành** trong mùa xuân năm nay. 꽃무늬와 민트 색이 올봄에 유행할 거예요.

trang phục công sở 명 정장	Công ti mình mặc trang phục tự do, không cần mặc **trang phục công sở**. 우리 회사는 정장을 입지 않아도 되는 자유 복장 회사예요. 유 quần áo công sở 정장

túi 명 주머니	Con trai nhỏ kiểm tra **túi** quần và thấy đồng 100 won. 작은아들이 바지 주머니를 확인하더니 100원짜리 동전을 발견했어요.

váy 명 치마	Tôi thường mặc quần để thoải mái vận động hơn là mặc **váy**. 나는 치마보다 활동이 편한 바지를 자주 입어요.

váy liền 명 원피스	Cô ấy đi mua **váy liền** màu hồng để đi đám cưới bạn. 그녀는 친구 결혼식에 참석하기 위해 분홍색 원피스를 사러 가요. 참 váy cưới 웨딩드레스

1 다음 의복과 어울리는 활동을 서로 연결하세요.

(1) đồ bơi   •   • ① Đi ngủ.

(2) váy liền   •   • ② Đi dự tiệc.

(3) áo phông   •   • ③ Đi tắm biển.

(4) áo sơ mi   •   • ④ Đi tập thể dục.

(5) quần áo ngủ   •   • ⑤ Làm việc ở công ti.

2 다음에서 같은 종류의 단어가 <u>아닌</u> 것을 고르세요.

(1) ① váy   ② giặt khô   ③ quần bò   ④ áo sơ mi nữ

(2) ① áo lót   ② áo gi-lê   ③ áo khoác   ④ áo choàng

(3) ① cúc   ② túi   ③ tay áo   ④ nới rộng

(4) ① mặc   ② khâu   ③ tháo   ④ quàng

3 다음 빈칸에 알맞은 단어를 아래에서 골라 쓰세요.

áo khoác	hợp	quần	đặt may	trang phục công sở

(1) Trời lạnh lắm. Em nhớ mặc _____ nhé!

(2) Hình như _____ của con bị rách rồi. Cởi ra để mẹ khâu cho.

(3) Ngày mai anh phải đi họp. Anh mặc bộ quần áo nào cho _____ em nhỉ?

(4) Giám đốc đã yêu cầu các nhân viên phải mặc _____ khi làm việc ở công ti.

(5) Tuần trước, chị gái tôi đã _____ hai bộ áo dài để chụp ảnh cưới.

🎵 MP3 **04-03**

áo mưa
명
우비

Người Việt Nam luôn cất sẵn **áo mưa** trong cốp xe máy.
베트남 사람들은 항상 오토바이 안장에 우비를 미리 보관해 놓아요.

참 sẵn 준비되어 있는, 이미 있는

---

ba lô
명
가방, 백팩

Tôi thích **ba lô** có thể đựng được nhiều sách.
나는 책을 많이 넣을 수 있는 백팩을 좋아해요.

참 túi xách 가방, 손가방 ➡ p.165

---

bốt
명
부츠

A Bạn có thường đi **bốt** cao gót không?
너는 하이힐 부츠를 자주 신니?

B Không, mình không thích giày cao gót.
아니, 나는 하이힐을 안 좋아해.

---

cà vạt
명
넥타이

Mỗi khi thắt **cà vạt**, bố thường chú trọng đến hình dáng của nút thắt.
아빠는 넥타이 맬 때마다 매듭 모양에 신경을 많이 쓰세요.

참 thắt 매다, 묶다

---

dây chuyền
명
목걸이

Tôi ít khi đeo **dây chuyền** vì bị dị ứng kim loại.
나는 금속 알레르기가 있어서 목걸이를 이따금 착용해요.

dây lưng

벨트

Dây lưng này trông có vẻ đắt tiền.
이 벨트는 좀 비싸 보여요.

🈔 dây thắt lưng 벨트(= dây nịt)
🈯 dây an toàn 안전벨트

dép xăng đan

샌들

Đôi **dép xăng đan** này trông cực kì chắc chắn.
이 샌들은 매우 튼튼해 보여요.

🈯 dép lê 슬리퍼 | chắc chắn 확실한, 든든한

đá quý
명
보석

Mẹ chồng tặng cho cô ấy **đá quý** làm vật sính lễ.
시어머니가 그녀에게 결혼 예물로 보석을 선물해 주셨어요.

găng tay
명
장갑

Tôi không thể sống thiếu **găng tay** trong thời tiết âm 10 độ.
나는 영하 10도의 날씨에는 장갑 없이 못 살아요.

ghim cài áo
명
브로치

Cô ấy thường tự làm **ghim cài áo** khi rảnh rỗi.
그녀는 시간이 있을 때 브로치를 직접 만들기도 해요.

giày
명
신발

A Mẫu **giày** này có cỡ 250 không vậy ạ?
이 신발은 250사이즈가 있나요?

B Có, chị đợi một chút. Em mang cho chị nhé.
있어요, 잠시만 기다려 주세요. 제가 갖고 올게요.

 cỡ 치수, 크기 ➡ p.167

---

giày cao gót
명
높은 굽, 하이힐

Vì không thoải mái, tôi không đi **giày cao gót**.
나는 높은 굽은 불편해서 잘 안 신어요.

 gót giày 굽

---

giày da
명
구두

Giày da này là hàng sản xuất tại thị trường nội địa.
이 구두는 국내에서 제작한 제품이에요.

 sản xuất 생산하다, 제조하다, 제작하다 ➡ p.336

---

giày thể thao
명
운동화

Cô ấy có đam mê với **giày thể thao** màu đen.
그녀는 검은색 운동화 마니아예요.

 đam mê ~에 빠지다

---

kính
명
안경

Kính của anh ấy hơi bị nghiêng.
그의 안경이 조금 비뚤어졌어요.

 kính râm 선글라스

khăn quàng cổ
명
목도리, 스카프

Mình rất hài lòng với khăn quàng cổ vừa mua ở chợ đêm.
방금 야시장에서 산 목도리가 아주 마음에 들어요.

참 cởi 풀다, 벗다 ➡ p.155
남 khăn choàng cổ 목도리, 스카프

---

khuyên tai
명
귀걸이

Khuyên tai này là hàng phiên bản giới hạn đó!
이 귀걸이는 한정판 상품이에요!

참 hàng phiên bản giới hạn 한정판
남 bông tai 귀걸이

---

mũ
명
모자

Hồi xưa mẹ thường đan mũ len cho cả nhà vào mùa thu.
옛날에는 가을에 엄마가 온 가족에게 니트 모자를 자주 떠 주셨어요.

유 nón 모자
참 mũ bảo hiểm 안전모

---

mũ phớt
명
중절모

Ông tôi thường đội mũ phớt khi đi ra ngoài.
할아버지는 보통 외출하실 때 중절모를 쓰세요.

---

nhẫn
명
반지

Anh ấy đưa nhẫn ra và ngỏ lời cầu hôn bạn gái.
그가 반지를 꺼내며 여자 친구에게 결혼하자고 청했어요.

참 đeo 끼다

ô

명

우산, 양산

Cái **ô** này hơi nhỏ để che cho hai người.

이 우산은 두 사람이 쓰기에 조금 작아요.

[남] dù 우산, 양산

---

tất

명

양말

Vào Giáng Sinh, tôi thường mua **tất** tặng gia đình và bạn bè.

크리스마스에 나는 보통 양말을 사서 가족들과 친구들에게 선물해요.

[참] quần tất 타이츠
[남] vớ 양말

---

túi xách

명

핸드백

Nhớ kiểm tra **túi xách** của bạn trước khi ra ngoài nhé!

외출하기 전에 핸드백을 꼼꼼하게 확인하고 가!

[유] túi xách tay 핸드백

---

ví

명

지갑

Cậu ấy mở **ví** ra thì phát hiện đã bị mất thẻ sinh viên.

그 친구는 지갑을 열다가 학생증이 없어졌다는 것을 발견했어요.

[남] bóp 지갑

---

vòng tay

명

팔찌

Vòng tay hơi nhỏ so với cổ tay của anh ấy.

이 팔찌는 그의 손목에 비해 조금 작아요.

[참] so với ~에 비하여

1 다음 그림에 해당하는 단어를 연결하세요.

(1)   (2)   (3)   (4)   (5)

• • • • •

• • • • •

① ví ② tất ③ nhẫn ④ găng tay ⑤ giày thể
thao

2 다음 명사와 알맞은 동사를 연결하세요.

(1) ô   •   • ① đi

(2) bốt   •   • ② cầm

(3) ba lô   •   • ③ đeo

(4) cà vạt   •   • ④ mặc

(5) áo mưa   •   • ⑤ thắt

(6) túi xách   •   • ⑥ xách

3 다음에서 같은 종류의 단어가 <u>아닌</u> 것을 고르세요.

(1) ① ô   ② mũ   ③ đồng hồ   ④ mũ phớt

(2) ① bốt   ② đá quý   ③ giày   ④ quần tất

(3) ① nhẫn   ② dép lê   ③ dây chuyền   ④ khuyên tai

bảng giá
명
가격표

Ở đây bán đúng giá niêm yết trên **bảng giá**.
이곳은 가격표에 표시된 정가대로 판매해요.

참 đúng giá 정가

---

bảo hành
동
보증하다, 보장하다

Thời gian **bảo hành** của tủ lạnh này là 2 năm.
이 냉장고의 보증 기간은 2년이에요.

---

cỡ
명
(옷) 사이즈, 치수

Tôi thích cửa hàng đó vì thợ may may theo **cỡ** của khách hàng.
재봉사가 손님의 치수에 따라 (옷을) 재봉하기 때문에 나는 그 가게를 좋아해요.

유 kích thước 사이즈

---

cửa hàng
명
상점

Các **cửa hàng** ở chỗ tôi sống không mở cửa vào những ngày lễ.
내가 살고 있는 동네의 상점들은 휴일에 열지 않아요.

참 cửa hàng mĩ phẩm 화장품 가게 | cửa hàng tiện ích 편의점

---

chất lượng tốt
명
양질 (품질이 좋은)

Máy giặt này có **chất lượng tốt** hơn máy giặt tôi đang dùng.
이 세탁기는 내가 쓰고 있는 것보다 품질이 좋아요.

반 chất lượng kém 저질 (품질이 좋지 않은)

đắt

(형)
(가격이) 비싼

Mĩ phẩm ở cửa hàng này tuy **đắt** nhưng chất lượng rất tốt.
이 가게의 화장품은 비싸지만 품질이 아주 좋아요.

📋 mắc (가격이) 비싼

đổi

(동)
바꾸다, 교환하다

Tôi muốn **đổi** 100.000 won lấy phiếu mua hàng.
나는 10만 원을 상품권으로 교환하고 싶습니다.

---

giảm giá

(동)
세일하다

Tất cả cửa hàng mĩ phẩm đều **giảm giá** vào dịp Tết.
설 연휴에는 모든 화장품 가게가 세일해요.

---

giao hàng

(동)
배달하다

Thời gian **giao hàng** tối thiểu cho sản phẩm này là khoảng 2 ngày.
이 제품의 최소 배송 기간은 약 이틀이에요.

---

gói quà

(동)
선물 포장하다

Cô ấy **gói quà** cho chồng rồi chuẩn bị bữa tối đặc biệt.
그녀는 남편에게 줄 선물을 포장한 다음 특별한 저녁을 준비했어요.

hoàn tiền

동

환불하다

Sản phẩm đã qua sử dụng thì không thể **hoàn tiền** lại được.

이미 사용하신 제품은 환불해 드릴 수 없습니다.

---

hộp quà

동

선물 상자

Mọi người có thấy **hộp quà** của mình ở đâu không?

다들 제 선물 상자가 어디에 있는지 보이세요?

참 **hộp** 상자, 박스

---

khách hàng

명

고객, 손님

Dù ở đâu thì **khách hàng** luôn là thượng đế.

어디를 가든지 고객이 항상 왕이에요.

참 **quý khách** 귀한 손님

---

mua sắm

동

쇼핑하다

Cứ mỗi lần bị căng thẳng là cô ấy sẽ đi **mua sắm**.

스트레스를 받을 때마다 그녀는 쇼핑하러 가요.

참 **mua bán** 거래하다

---

phòng thay đồ

명

탈의실

Phòng thay đồ dành cho nam nằm ở tầng 2.

남자 탈의실은 2층에 있어요.

참 **phòng thử đồ** 피팅 룸

quầy thanh toán

 명

계산대

Quầy thanh toán của mặt hàng điện tử ở đâu vậy ạ?

전자 제품 계산대는 어디에 있나요?

---

quầy trưng bày

 동

진열대

Xin vui lòng không chạm vào hàng hoá tại **quầy trưng bày** này.

본 진열대의 제품을 만지지 마세요.

참 hàng trưng bày 진열품

---

rẻ

형

(가격이) 저렴한

Hàng hoá ở siêu thị này vừa **rẻ** vừa có chất lượng tốt.

이 마트의 제품은 저렴하면서 품질이 좋아요.

---

số đo

 명

(신발) 치수

Số đo giày của bạn là bao nhiêu vậy?

너의 신발 치수가 어떻게 되니?

🔍 신발 치수를 말할 때는 cỡ giày도 사용할 수 있어요.

---

thanh toán

 동

계산하다

Ở đây **thanh toán** tiền thuê xe bằng thẻ được không?

이곳은 렌트카 비용을 카드로 계산할 수 있습니까?

유 tính tiền 계산하다 (= trả tiền)

thẻ
명
카드

Khách hàng thanh toán bằng **thẻ** ngân hàng A sẽ được giảm giá 20%.

A 은행 카드로 결제하는 고객은 20% 할인됩니다.

tiền mặt
명
현금

Ở đây chỉ có thể thanh toán bằng **tiền mặt**.

이곳은 현금으로만 결제할 수 있어요.

trả góp
명
할부

Tôi mua **trả góp** một chiếc ô tô mới.

나는 새로운 자동차를 할부로 구매했어요.

trung tâm mua sắm
명
쇼핑센터

Trung tâm mua sắm ở khu vực này được trang trí rực rỡ.

이 지역 쇼핑센터는 화려하게 장식되었어요.

xe đẩy mua hàng
명
쇼핑 카트

Bạn có thể lấy **xe đẩy mua hàng** ở khu đằng kia.

쇼핑 카트를 그 구역에서 가져올 수 있어요.

1 다음 그림에 해당하는 단어를 연결하세요.

(1) 　　(2) 　　(3) 　　(4)

•　　　　•　　　　•　　　　•

•　　　　•　　　　•　　　　•

① hộp quà　　② phòng thử đồ　　③ cửa hàng mĩ phẩm　　④ trung tâm mua sắm

2 다음은 슈퍼마켓에서 하는 활동입니다. 순서에 맞게 정렬하세요.

① Lấy xe đẩy mua hàng.　　　② Đến quầy thanh toán.
③ Gói hàng.　　　　　　　　④ Cho vào xe đẩy mua hàng.
⑤ Nhận hoá đơn.　　　　　　⑥ Đăng ký giao hàng.
⑦ Tìm sản phẩm cần mua.

(　　) → (　　) → (　　) → (　　) → (　　) → (　　) → (　　)

3 다음 빈칸에 알맞은 단어를 아래에서 골라 쓰세요.

| thẻ | cỡ | bảo hành | tiền mặt |

(1) Chị muốn thanh toán bằng _____ hay bằng _____?

(2) Đôi giày này hơi chật. Em đổi cho anh _____ to hơn được không?

(3) Cháu ơi, cho bà hỏi thời gian _____ của cái tủ lạnh này là mấy năm?

V

장소·교통
Địa điểm · Giao thông

🕐 MP3 **05-01**

---

bảo tàng
명
박물관

Bảo tàng lịch sử quốc gia sẽ được mở cửa vào cuối tháng 10.

국립 역사 박물관이 10월 말에 개관될 예정이에요.

참 tham quan 관광하다, 관람하다 ➡ p.264

---

bệnh viện
명
병원

Người lớn hay trẻ con đều không thích đi bệnh viện.

어른이나 아이나 병원에 가는 것을 싫어해요.

---

bị lạc đường
동
길을 잃다

Tôi là người mù đường nên hay bị lạc đường.

나는 길눈이 어두워서(길치여서) 자주 길을 잃어요.

참 mù đường 길치, 길눈이 어두운

---

bưu điện
명
우체국

Tôi hầu như không đi bưu điện mà chỉ sử dụng dịch vụ chuyển phát của các cửa hàng tiện ích.

나는 우체국을 거의 가지 않고 편의점 택배 서비스만 이용해요.

참 dịch vụ chuyển phát 택배 서비스

---

cảng
명
항구

Hải Phòng là thành phố cảng nổi tiếng ở Việt Nam.

하이퐁은 베트남의 유명한 항구 도시예요.

참 cảng biển 해항 | cảng sông 하항

---

cao

형

높은

Trong những năm gần đây, ở Hà Nội có nhiều toà nhà cao tầng được xây dựng.

요 근래 하노이에는 고층 빌딩이 많이 건설되었어요.

반 thấp 낮은

참 cao tầng 고층의

---

có vị trí

동

있다, 자리하다

Quán cà phê đó có vị trí thuận lợi để tiếp cận nhiều khách hàng.

그 카페는 많은 고객이 접근할 수 있는 편리한 위치에 자리하고 있어요.

---

công ti

명

회사

Công ti của anh ấy nằm ở vị trí trung tâm thành phố.

그의 회사는 도시 중심에 위치하고 있어요.

참 trụ sở chính 본사 | chi nhánh 지사

---

chỗ lên xuống

명

승강장, 플랫폼

Chỗ lên xuống tàu điện ngầm khá đông đúc nên bạn cần cẩn thận khi xuống tàu.

지하철 승강장이 꽤 혼잡하니 내릴 때 조심하세요.

참 lên xuống 오르내리다

---

chùa

명

절

Chúng tôi thường đi chùa vào dịp năm mới và rằm Trung thu.

우리는 보통 새해와 추석에 절에 가요.

chung cư
명
아파트

Công viên sinh thái cách **chung cư** tôi đang sống khoảng 2km.
생태 공원은 내가 살고 있는 아파트에서 약 2km 떨어져 있어요.

đài phun nước
명
분수

Có một **đài phun nước** nằm ở hồ Hoàn Kiếm, Hà Nội.
하노이 호안끼엠 호수 근처에는 분수가 있어요.

đại sứ quán
명
대사관

A **Đại sứ quán** Việt Nam tại Hàn Quốc nằm ở đâu?
　주한 베트남 대사관이 어디에 위치하고 있나요?

B **Đại sứ quán** Việt Nam tại Hàn Quốc nằm ở gần ga Jonggak, Seoul.
　주한 베트남 대사관은 서울 종각역 근처에 있어요.

참 lãnh sự quán 영사관

đèn đường
명
가로등

Ủy ban nhân dân quận đã lắp **đèn đường** ở các con ngõ hẻm sâu.
구청에서 후미진 골목에 가로등을 설치했어요.

đi vào
동
들어가다, 접어들다

Chúng tôi bị lạc đường nên đã **đi vào** ngõ cụt.
우리는 길을 잃고 막다른 골목으로 접어들었어요.

đi xuống

내려가다,
(차에서) 내리다

Tất cả hành khách vui lòng **đi xuống** bằng cửa sau.

모든 손님은 뒷문으로 내려 주세요.

[유] xuống (xe) 차에서 내리다

[참] xuống 북쪽에서 남쪽으로 가다

[🔍] 'xuống + 교통수단'으로 사용하면 xuống xe는 '하차하다', xuống thuyền은 '하선하다', xuống máy bay는 '비행기에서 내리다'의 의미가 돼요.

---

ga tàu hoả

기차역

Ga tàu hoả này được xây dựng vào cuối thế kỉ 19.

이 기차역은 19세기 말에 건설되었어요.

[참] được + 동사: ~이/가 되다

---

ghé qua

들르다, 거쳐가다

Nhân lúc đi ra ngoài, tôi **ghé qua** nhà sách mua giáo trình mới.

외출하는 김에 서점에 들러서 새로운 교재를 구매할 거예요.

[유] qua 들르다, 지나가다

---

hiệu sách

서점

Tôi đến **hiệu sách** để mua tiểu thuyết mới của Lê Minh Hà.

나는 레 밍 하의 새 소설을 사기 위해 서점에 갔어요.

[유] nhà sách 서점(= tiệm sách) ➡ p.306

---

hiệu thuốc

약국

Mẹ sai tôi đi đến **hiệu thuốc** mua thuốc cảm.

엄마는 나에게 약국에 가서 감기약을 사라고 시켰어요.

[유] nhà thuốc 약국

hướng

방향

Anh đi theo **hướng** này thêm 500m nữa thì sẽ thấy bảo tàng mĩ thuật.

이 방향을 따라 500m 더 가면 미술관이 보일 거예요.

🔍 **hướng**은 구체적인 방향(동, 서, 남, 북)을 이야기할 때 사용하고 **phương hướng**은 총괄적인 방향, 보통은 활동 방향, 학습 방향 등을 이야기할 때 사용해요.

khách sạn

호텔

Cô ấy đã đặt **khách sạn** 5 sao ở Đà Nẵng với giá hợp lí.

그녀는 다낭에 있는 5성급 호텔을 합리적인 가격으로 예약했어요.

참 **nhà nghỉ** 여관 | **nhà khách** 게스트하우스

lên

오르다, (차에) 올라타다

Cô ấy nhanh chóng **lên** xe.

그녀는 서둘러 차에 올라탔어요.

🔍 'lên + 교통수단'으로 사용하면 **lên xe**는 '승차하다', **lên thuyền**은 '승선하다', **lên máy bay**는 '비행기를 탑승하다'의 의미가 돼요.

ngõ

골목

Các **ngõ** ở phố cổ Hà Nội vẫn như xưa.

하노이 구시가지 골목은 여전히 옛날과 같아요.

유 **ngõ hẻm** 골목
남 **hẻm** 골목

nhà thờ

교회, 성당

Cô ấy không thường xuyên đi **nhà thờ** vì bận rộn.

그녀는 바빠서 교회를 자주 가지 못해요.

참 **lễ bái** 예배드리다

🔍 **nhà thờ**는 '교회', '성당'의 의미로 사용되지만 정확하게는 교회는 Nhà thờ Tin Lành(=Hội thánh Tin Lành), 성당은 nhà thờ Thiên Chúa giáo과 같이 표기해요.

ở đâu

어디에

Bạn đang học tiếng Hàn **ở đâu**?

한국어를 어디에서 공부하고 있어요?

참 đâu 어디 (의문사)

---

phòng nghỉ

명

휴게실

Phòng nghỉ của giảng viên nằm ở cuối hành lang.

강사 휴게실은 복도 끝에 위치하고 있어요.

---

phòng tập thể hình

명

헬스클럽

Cậu thường đi **phòng tập thể hình** một tuần mấy lần?

너는 헬스클럽을 일주일에 몇 번 가?

유 phòng tập gym 헬스클럽

---

qua đường

동

건너다, 가로지르다

Con gái đã học cách **qua đường** từ năm 6 tuổi.

딸은 6살 때부터 길을 건너는 방법을 배웠어요.

---

quầy bán vé

명

창구, 매표소

Quầy bán vé nằm ngay cửa ra vào tầng 1.

매표소는 1층 출입문 바로 옆에 있어요.

ra vào
명 출입
동 나가고 들어오다

Tôi không tìm được cửa **ra vào** số 12 của sân vận động.
운동장의 12번 출입구를 찾지 못하고 있어요.

참 cửa ra vào 출입구, 출입문

---

sân bay
명
공항

Sân bay Tân Sơn Nhất ở thành phố Hồ Chí Minh đã hoàn tất việc xây dựng lại vào năm 2016.
호찌민의 떤썬녓 공항은 2016년에 재건축을 완성했어요.

---

số
명
호

A Địa chỉ chung cư của bạn là phòng **số** 1204, toà nhà 1 phải không?
너의 아파트 주소는 1동 1204호 맞아?

B Ừ, đúng rồi.
응, 맞아.

🔍 số는 '숫자'의 의미도 있어요. 베트남에서는 주소의 번지, 아파트의 동, 호수, 전화번호, 년도, 월, 요일 및 서수 등의 숫자 4를 bốn이 아니라 tư로 읽어요. ➡ p.357, 358

---

sở thú
명
동물원

Đến **sở thú** Niu di-lân bạn có thể thấy chim Kiwi.
뉴질랜드 동물원에 가면 키위새를 볼 수 있어요.

유 thảo cầm viên 동물원(= vườn bách thú)

---

tiến về
동
나아가다, 향하다

Con tàu lướt sóng **tiến về** phía trước.
배가 파도를 가르며 앞으로 나가고 있어요.

참 tiến 나아가다, 전진하다

toà nhà
명
빌딩

Landmark 82 là **toà nhà** cao nhất Việt Nam hiện nay.

랜드마크 82빌딩은 현재 베트남에서 제일 높은 빌딩이에요.

---

trạm cứu hoả
동
소방서

Trạm cứu hoả của quận 1 ở ngay cạnh chung cư tôi ở.

1군 소방서는 내가 살고 있는 아파트 바로 옆에 있어요.

---

trạm dừng xe buýt
명
버스 정류장

Khi tôi đến **trạm dừng xe buýt** thì xe buýt mà tôi phải lên đã đi mất rồi.

내가 버스 정류장에 도착했을 때 내가 타야 하는 버스가 벌써 가 버렸어요.

유 bến xe buýt 버스 정류장

---

trạm xăng dầu
명
주유소

Trạm xăng dầu gần nhất cách đây khoảng 10 km.

가장 가까운 주유소는 여기에서 10km 떨어져 있어요.

유 cây xăng 주유소

---

trạm y tế
명
보건소

Bác sĩ mới đã đến **trạm y tế** mấy ngày trước.

며칠 전에 동네 보건소에 새로운 의사 선생님이 오셨어요.

trong nhà

실내

A Nhiệt độ **trong nhà** hiện tại là bao nhiêu vậy?
현재 실내 온도는 몇 도예요?

B Nhiệt độ **trong nhà** hiện tại là 26 độ C.
실내 온도는 26도예요.

[반] bên ngoài 실외

trung tâm

학원

Anh ấy đang học tiếng Pháp tại **trung tâm** ngoại ngữ của trường đại học.
그는 대학 부설 외국어 학원에서 프랑스어를 공부하고 있어요.

🔍 '중심'이라는 뜻도 있어요.

trung tâm tiệc cưới

예식장

Việc đặt **trung tâm tiệc cưới** vào mùa xuân không phải là chuyện dễ dàng.
봄에 예식장을 예약하는 것은 쉬운 일이 아니에요.

tượng đồng

동상

Tượng đồng Ngô Quyền ở Nam Định.
응오 꾸옌의 동상은 남딩에 있어요.

ủy ban nhân dân thành phố

시청

Ủy ban nhân dân thành phố Đà Nẵng nằm ở quận Cẩm Lệ.
다낭시 시청은 껌레군에 위치해요.

[참] uỷ ban nhân dân quận 군청

1 다음 그림에 해당하는 단어를 연결하세요.

(1)　　　　　　　(2)　　　　　　　(3)　　　　　　　(4)

•　　　　　　　•　　　　　　　•　　　　　　　•

•　　　　　　　•　　　　　　　•　　　　　　　•

① nhà thờ　　② chung cư　　③ bệnh viện　　④ khách sạn

2 다음 상황에서 찾아가야 할 장소를 쓰세요.

(1) Bị cảm cúm.　　　　　　　　　　→ _____

(2) Đi mua sách, báo, tạp chí, v.v…　→ _____

(3) Đi gửi bưu phẩm.　　　　　　　→ _____

(4) Học thêm tiếng Anh.　　　　　→ _____

(5) Đi tìm hiểu văn hoá, lịch sử.　　→ _____

3 다음 빈칸에 알맞은 단어를 아래에서 골라 쓰세요.

trung tâm tiệc cưới	lãnh sự quán	ghé qua	phòng tập thể hình

(1) Khi đi du lịch thành phố Hồ Chí Minh, tôi bị mất hộ chiếu nên đến

_____.

(2) Nếu anh đi Đà Nẵng nhớ _____ nhà tôi chơi nhé.

(3) Đám cưới của chị tôi được tổ chức ở _____của quận.

(4) Tôi thường tập với huấn luyện viên cá nhân 3 lần một tuần ở

_____.

---

bên cạnh
명
옆

Bố dừng xe ở **bên cạnh** ngân hàng chờ tôi đến.
아빠가 은행 옆에 차를 세우고 저를 기다리고 계세요.

참 dừng 멈추다, 서다
🔍 부사로 사용하면 '가까이'의 의미예요.

---

bên phải
명
오른쪽, 우측

Nhà hàng đó nằm ở **bên phải** của nhà sách Fahasa.
그 식당은 파하사 서점 오른쪽에 있어요.

참 nhà sách 서점 ➡ p.306

---

bên trái
명
왼쪽, 좌측

Bên trái thư viện có cửa hàng văn phòng phẩm.
도서관 왼쪽에는 문방구가 있어요.

참 cửa hàng văn phòng phẩm 문구점 ➡ p.300

---

cuối
명
끝

Văn phòng khoa nằm ở **cuối** hành lang tầng 3.
학과 사무실은 3층 복도 끝에 있어요.

🔍 동사로 사용하면 '끝나다'의 의미예요.

---

cho đến
부
~까지

Tôi sống cùng bố mẹ **cho đến** năm 18 tuổi.
나는 18살까지 부모님과 살았어요.

---

dưới

명

아래

Dưới chung cư có trung tâm mua sắm.

아파트 아래에 쇼핑몰이 있어요.

đây

대

여기, 이곳

Đây là làng Hanok, một địa điểm du lịch nổi tiếng Seoul.

이곳은 서울의 유명한 관광지인 한옥 마을이에요.

🔍 đây는 사람, 장소, 사물에 모두 사용되는 대명사로 '이 사람', '이분', '이곳', '여기', '이것'의 의미예요.

đi qua

동

지나가다

Đi qua con đường này là chúng ta sẽ vào đến thành phố Gyeongju.

이 길을 지나가면 우리는 경주에 들어서게 돼요.

참 thông qua 통과하다

đi thẳng

동

곧장 가다, 직진하다

Bạn **đi thẳng** theo đường lớn khoảng 1km là sẽ đến bệnh viện.

큰길을 따라서 1km 정도 직진하면 병원에 도착할 거예요.

참 nói thẳng 직접 말하다, 솔직하게 말하다 | bay thẳng 직항, 곧장 날다

🔍 thẳng은 '곧은', '직선의'의 의미예요.

đó

대

그곳

Đó là nơi học tập cho học sinh của trường.

그곳은 학교의 학생을 위한 학습실이에요.

🔍 đó는 사람, 장소, 사물에 모두 사용되는 대명사로 '그 사람', '그분', '그곳', '그것'의 의미예요.

gần

(형)

가까운, 근처에

Họ hàng của chúng tôi đều sống ở **gần** nhau.

우리 친척들은 서로 가까이에 살고 있어요.

---

giữa

(명)

중간, 가운데

Quán cà phê đó nằm ở **giữa** cửa hàng mĩ phẩm A và nhà hàng B.

그 카페는 A 화장품 가게와 B 식당의 사이에 있어요.

관 giữa A và B: A와 B 사이

---

góc đường

(명)

길모퉁이, 코너

Nhà hàng đó nằm ở **góc đường** bên phải.

그 식당은 오른쪽 코너에 위치해요.

유 góc phố 길모퉁이

---

hướng về

(동)

향하다

Mặc dù xa quê, tôi vẫn luôn **hướng về** quê hương.

비록 고향과 멀리 있지만 나(의 마음)는 여전히 고향을 향해 있어요.

유 hướng theo 흘러가다

---

kia

(대)

저곳

Kia là văn phòng tôi làm việc.

저곳은 내가 일하는 사무실이에요.

🔍 kia는 사람, 장소, 사물에 모두 사용되는 대명사로 '저 사람, 저분', '저곳', '저것'의 의미입니다.

ngoài

밖, 외부

Tuyết đang rơi ở **ngoài** cửa sổ.

창문 밖에 눈이 내리고 있어요.

🔍 부사로 쓰면 '이외'의 의미예요.
(Ngoài học tiếng Việt, tôi học tiếng Pháp nữa.
베트남어 외에 나는 프랑스어를 더 공부해요.)

ở

~에, ~에서

Mọi người thường không nói chuyện to ở công ti.

사람들은 보통 회사에서 큰 소리로 말하지 않아요.

🔵 tại ~에, ~의, 왜냐하면
(Gyeongbokgung tại Seoul là một địa điểm du lịch nổi tiếng. 서울의 경복궁은 유명한 관광지예요.)

🔍 동사로 쓰면 '~에 있다', '살다'의 의미예요.
(Tôi đang ở thư viện để tìm sách. 나는 책을 찾기 위해 도서관에 있어요.)

ở đây

🔵 부

이곳, 여기에

Ở đây không bán rượu cho người dưới 19 tuổi.

이곳은 19세 미만 고객에게 술을 판매하지 않아요.

🔵 dưới 미만, 아래 ➡ p.185

---

phía đối diện

🔵 명

건너편, 맞은편

Cô ấy đang đứng ở **phía đối diện** cổng chính của trường học.

그녀는 학교 정문 맞은편에 서 있어요.

🔵 đứng 서 있다, 일어서다, 서다 ➡ p.41

---

sau

뒤, 후

Ông ngoại trồng một cây sầu riêng ở **sau** nhà.

외할아버지께서 집 뒤에 두리안 나무 한 그루를 심으셨어요.

🔍 sau는 문장에서 여러 품사로 쓰여요. 관형사로 쓰이면 '후', 명사일 경우에는 '뒤', 부사는 '이후에'의 의미예요.

trên
명
위

Hôm nay mây ở **trên** bầu trời nhìn lãng mạn quá.

오늘 하늘 위에 있는 구름들이 낭만적으로 보이네요.

---

trong
명 안
전 ~안에

Có 2 rạp chiếu phim ở **trong** khuôn viên trường đại học đó.

그 대학교 캠퍼스 안에 영화관이 2개 있어요.

---

trước
명
앞

Cánh đồng lúa ở **trước** nhà đã chuyển sang màu vàng rực rỡ.

집 앞에 있는 들판이 화려한 노란색으로 변했어요.

참 chuyển sang 옮기다, 넘어가다

🔍 trước은 문장에서 여러 품사로 쓰여요. 관형사로 쓰이면 '전', 명사일 경우에는 '앞', 부사는 '이전에', '미리'의 의미예요.

---

xa
형
먼, 멀리 떨어진

Công ti của cô ấy **xa** trung tâm thành phố.

그녀의 회사는 도시 중심에서 멀리 있어요.

🔍 동사로 사용하면 '떨어지다'의 의미예요.

---

xung quanh
명
주변

Xung quanh hồ Tây có chùa Trấn Quốc.

서 호 주변에는 쭈어쩐꾸옥(진국사)가 있어요.

1 다음 빈칸에 알맞은 단어를 아래에서 골라 쓰세요.

đi thẳng	giữa	xung quanh	cho đến

(1) _____ cô ấy có rất nhiều người giúp đỡ.

(2) Cửa hàng tiện ích nằm ở _____ quán cà phê và hiệu sách.

(3) Đầu tiên, anh _____ đường này, đến ngã ba thì rẽ phải, anh sẽ thấy siêu thị ở ngay trước mặt.

(4) Trước khi kết hôn, anh ấy hứa sẽ chăm sóc cô ấy _____ cuối đời.

2 그림을 보고 질문에 답하세요.

(1)

A Lọ hoa ở đâu?

B _____

(2)

A Chị ơi, mẹ ở đâu ạ?

B _____

(3)

A Anh ơi, con mèo ở đâu ạ?

B _____

(4)

A Quyển sách "*Nỗi buồn chiến tránh*" ở đâu?

B _____

áo phao an toàn
명
구명조끼

Áo phao an toàn của hàng ghế phổ thông trên máy bay nằm ở dưới ghế ngồi.
비행기 이코노미석의 구명조끼는 의자 아래 있어요.

유 áo phao cứu hộ 구명조끼

---

bằng lái xe
명
운전면허증

Em trai tôi mới lấy **bằng lái xe**.
내 남동생은 막 운전면허증을 땄어요.

유 giấy phép lái xe 운전면허증

---

bị hoãn
동
지연되다

Do bão tuyết nên tàu đã **bị hoãn**.
폭설로 인해 기차가 연착됐어요.

유 bị trì hoãn 지연되다

---

bị va đập
동
부딪히다

Hôm qua vì tôi không quan sát phía trước và **bị va đập** vào xe đạp đang chạy đến nên đã bị thương ở chân.
어제 나는 앞을 안 보고 달려오는 자전거와 부딪혀 다리를 다쳤어요.

---

cất cánh
동
이륙하다

Không được sử dụng thiết bị điện tử khi máy bay **cất cánh**.
비행기가 이륙할 때는 전자 기기를 사용할 수 없어요.

---

cầu
명
다리, 교량

Cầu Long Biên do Pháp xây dựng từ năm 1898 đến năm 1902.

롱비엔 다리는 1898년부터 1902년까지 프랑스에 의해 건설됐어요.

🔍 **cầu**의 아래로 내려가는 성조(`)가 무성조가 되어 **câu**로 쓰면 '문장'의 의미가 돼요.

đến
동
도착하다

Tàu **đến** ga Lào Cai lúc 5 giờ sáng.

기차가 새벽 5시에 라오까이에 도착했어요.

đèn tín hiệu giao thông
명
신호등

Đặc biệt, trẻ em nên nhìn **đèn tín hiệu giao thông** khi băng qua đường.

특히 아이들은 길을 건널 때 신호등을 잘 봐야 해요.

🈐 **đèn xanh đèn đỏ** 신호등(= **đèn giao thông**)

đi
동
가다

Hàng ngày, tôi thường **đi** làm bằng tàu điện ngầm.

매일 나는 전철을 타고 일하러 가요.

🔍 '~행'의 의미로 사용할 수도 있어요.

đi lại
동
통행하다, 돌다, 순환하다

Vào mỗi chủ nhật, xe cộ bị cấm **đi lại** qua con đường này.

이 거리는 일요일마다 차량 통행을 금지해요.

🔍 **xe cộ**는 트럭, 택시, 자동차(4인승, 6인승, 12인승 등), 버스 등 차의 총칭을 의미해요.

đỗ xe
동
주차하다

Vì **đỗ xe** không đúng nơi quy định trong lúc vội vã nên tôi đã phải nộp tiền phạt.
급한 마음에 불법 주차를 해서 벌금을 냈어요.

🔲 đậu xe 주차하다

đổi tuyến
동
환승하다

Bạn có thể **đổi tuyến** tàu điện ngầm sang tuyến tàu số 3 hoặc số 5 tại ga Jongno 3-ga trên tuyến số 1.
1호선 종로3가역에서는 3호선 혹은 5호선으로 환승할 수 있어요.

🔲 tuyến 노선, 줄, 선

đường
명
도로

Đường của Seoul nhìn chung rộng hơn so với Hà Nội.
서울의 도로는 하노이보다 대체로 넓은 편이에요.

🔲 đường xá 도로

---

giao thông công cộng
명
대중교통

Dạo này tôi sử dụng **giao thông công cộng** nhiều hơn xe máy.
요즘 나는 오토바이보다 대중교통을 더 많이 이용하고 있어요.

---

hạ cánh
동
착륙하다

Máy bay chúng tôi sẽ **hạ cánh** xuống Đà Lạt lúc 11 giờ.
우리가 탄 비행기는 11시에 달랏에 착륙할 거예요.

hành khách

승객

Trên xe buýt này chỉ có 5 **hành khách**.

이 버스에는 승객이 5명뿐이에요.

---

lịch chạy

운행 시간표, 일정표

Tôi xem **lịch chạy** của tuyến xe buýt này trên ứng dụng di động.

나는 이 버스 노선의 운행 시간표를 스마트폰 앱에서 확인했어요.

유 lịch vận hành 운행표
참 tuyến xe buýt 버스 노선

---

lối sang đường

횡단보도

Mọi người nhất định phải tuân thủ tín hiệu giao thông tại **lối sang đường**.

모든 사람들은 횡단보도에서 반드시 신호를 지켜야 해요.

유 đường dành cho người đi bộ 횡단보도(= vạch sang đường)

---

lỡ

(기차, 버스를) 놓치다

Tôi **lỡ** xe buýt vì ngủ dậy muộn.

나는 늦게 일어나서 버스를 놓쳤어요.

유 trễ 놓치다

---

máy bay

비행기

Máy bay này vận hành một chuyến mỗi ngày giữa Seoul và Los Angeles.

이 비행기는 서울과 LA를 1일 1회 운항해요.

máy bay trực thăng

(명)

헬리콥터

Trong số các địa điểm du lịch của bang Victoria ở Úc có nơi mọi người có thể bay bằng **máy bay trực thăng**.

호주 빅토리아주의 관광지 중에는 헬리콥터를 탈 수 있는 곳이 있어요.

---

phương tiện vận tải

(명)

운송 수단

Phương tiện vận tải của Việt Nam ngày càng phát triển hơn.

베트남의 운송 수단이 점점 더 발전하고 있어요.

---

quay vòng

(동)

방향을 돌리다

Em gái tôi đang chạy xe đạp thì **quay vòng** xe lại và đi về phía tôi.

자전거를 타고 있던 내 동생이 방향을 돌려 나에게 왔어요.

 vòng xoay 로터리

---

soát vé

(동)

개표하다,
표를 검사하다

Nhân viên đang đi **soát vé** tàu hoả.

직원이 기차표를 검사하러 돌아다니고 있어요.

 kiểm vé 검표하다
(참) nhân viên soát vé 검표원, 조사원

---

tàu điện ngầm

(명)

지하철

Ga **tàu điện ngầm** này rất gần công ti tôi đang làm việc.

이 지하철역은 내가 근무하고 있는 회사와 매우 가까워요.

 xe điện ngầm 지하철

tàu hoả
명
기차

Chuyến **tàu hoả** tối nay bị hoãn 20 phút.
오늘 저녁 기차가 20분 정도 지연되었어요.

유 tàu lửa 기차
참 chuyến tàu hoả 기차 편 | bị hoãn 지연되다, 연착되다 ➡ p.190

tàu thuỷ
명
배

Ở Vịnh Hạ Long có **tàu thuỷ** phục vụ khách tham quan.
하롱베이에는 관광객을 위한 배가 있어요.

참 tàu tham quan 유람선

tốc độ
명
속도

Hầu hết các đường cao tốc có giới hạn **tốc độ**.
대부분의 고속도로는 속도 제한이 있어요.

tông vào
동
치다

Xe máy **tông vào** xe đạp đang đỗ trên đường.
오토바이가 길가에 세워져 있던 자전거를 쳤어요.

유 va vào 치다, 부딪히다(= đụng vào)
참 bị tông vào xe 차에 치이다

trạm trung chuyển
명
환승(지)

Ở Cầu Giấy có một **trạm trung chuyển** xe buýt.
꺼우저이에는 버스 환승지가 있어요.

vé
명
(기차, 비행기 등) 표

A Bạn đã đặt mua **vé** tàu hoả đi Busan chưa?
너는 부산행 기차표를 예매했어?

B Chưa, tối nay mình mới đặt **vé** được.
아직, 오늘 밤에 나는 예매할 수 있을 것 같아.

참 vé khứ hồi 왕복(권) | vé một chiều 편도(권)

---

vỉa hè
명
인도

Vì xe máy đỗ không đúng nơi quy định trên **vỉa hè** nên người dân rất khó đi bộ.
인도 위에 불법 주차한 오토바이 때문에 사람들이 걷기가 힘들어요.

유 lối đi bộ 인도

---

xăng
명
휘발유

Chúng tôi đang tìm trạm **xăng** dầu để đổ xăng.
휘발유를 넣기 위해 우리는 주유소를 찾고 있어요.

---

xe buýt
명
버스

Đây là **xe buýt** đi từ sân bay Nội Bài về trung tâm thủ đô Hà Nội.
이것은 노이바이 국제공항에서 하노이 시내까지 가는 버스입니다.

참 xe tắc xi 택시(= xe taxi)

---

xe cảnh sát
명
경찰차

Xe cảnh sát đang truy đuổi theo xe chạy trốn.
경찰차가 도주 차량을 추적하고 있어요.

참 xe ô tô 자동차

---

xe cấp cứu
명
구급차

Cô ấy được đưa lên **xe cấp cứu**.

그녀는 구급차에 실려 갔어요.

유 xe cứu thương 구급차
참 xe cứu hoả 소방차

---

xe đạp
명
자전거

Mẹ tôi quyết định học đạp **xe đạp** để vận động thể thao.

내 어머니는 운동을 위해 자전거를 배우기로 결정하셨어요.

참 đạp 밟다

---

xe máy
명
오토바이

Xe máy vẫn là phương tiện giao thông chủ yếu ở Việt Nam.

오토바이는 여전히 베트남의 주요 교통수단이에요.

---

xe tải
명
트럭

Bánh xe sau của **xe tải** bị xì lốp.

트럭 뒷바퀴의 바람이 빠졌어요.

참 bị xì lốp 바람 빠지다

---

xuất phát
동
떠나다, 출발하다

A Chuyến xe buýt đầu tiên **xuất phát** lúc mấy giờ?

첫 버스는 몇 시에 출발합니까?

B Chuyến xe buýt đầu tiên **xuất phát** lúc 5 giờ rưỡi sáng.

첫 버스는 아침 5시 30분에 출발합니다.

유 khởi hành 출발하다, 시행하다
참 khứ hồi 왕복하다

1 다음 그림에 해당하는 단어를 연결하세요.

(1) (2) (3) (4)

• • • •

• • • •

① xe máy   ② xe buýt   ③ xe đạp   ④ xe tắc xi

2 다음 장소와 알맞은 교통수단을 연결하세요.

(1) sân bay   •   • ① tàu hoả

(2) ga tàu hoả   •   • ② xe buýt

(3) trạm xe buýt   •   • ③ máy bay

(4) vỉa hè   •   • ④ xe ô tô

(5) đường cao tốc •   • ⑤ xe đạp

3 다음 빈칸에 알맞은 단어를 아래에서 골라 쓰세요.

> nhân viên soát vé   vé máy bay   bằng lái xe   tàu hoả

(1) Tôi cần mua _____ đi Seoul vào 15 tháng 9.

(2) Trước khi lên tàu thuỷ, bạn phải cho _____ kiểm tra vé của bạn.

(3) Chị làm ơn cho hỏi, có _____ từ Hà Nội lên Lào Cai không?

(4) Ở Việt Nam, phải trên 18 tuổi mới được thi _____ ô tô.

VI

정보 통신 기술 · 시간

Công nghệ thông tin truyền thông · Thời gian

1 컴퓨터 · 인터넷 Máy vi tính · Internet

2 전화 · 우편 Điện thoại · Bưu điện

3 대중 매체 Phương tiện thông tin đại chúng

4 시간 · 날짜 Thời gian · Ngày tháng

a còng
명
@ 기호

Địa chỉ e-mail của tôi là sena630 **a còng** vnmail chấm com.

내 메일 주소는 sena630@vnmail.com이에요.

유 a móc @ 기호

---

bàn phím
명
(컴퓨터) 자판

Bàn phím máy tính bị hỏng do đã lâu tôi không sử dụng.

오랫동안 사용하지 않아서 컴퓨터 자판이 고장 났어요.

 '(악기) 건반'의 의미도 있어요.

---

cài đặt
동
설치하다

Tôi đã **cài đặt** một số chương trình sau khi mua máy vi tính mới.

컴퓨터를 새로 산 후 여러 가지 프로그램을 새로 설치했어요.

유 thiết lập 설치하다

---

con chuột
명
마우스

Con chuột không tiếng ồn này giá khoảng bao nhiêu?

이 무소음 마우스의 가격이 얼마 정도예요?

참 không tiếng ồn 무음

'(동물) 쥐'의 의미도 있어요

---

công nghệ thông tin truyền thông
명
정보 통신 기술

Công nghệ thông tin truyền thông của Việt Nam đang phát triển nhanh.

베트남 정보 통신 기술이 매우 빠르게 발전하고 있어요.

---

cơ sở dữ liệu

데이터베이스

Công ti đó đang xây dựng *cơ sở dữ liệu* cho dự án thư viện điện tử của trường Đại học Kiến trúc Hà Nội.

그 기업은 하노이의 건축 대학교 전자 도서관 사업을 위한 데이터베이스를 구축하고 있어요.

참 thư viện điện tử 전자 도서관

---

cư dân mạng

인터넷 이용자, 누리꾼

Cư dân mạng dùng Youtube ngày càng tăng lên.

유튜브 콘텐츠를 이용하는 인터넷 이용자의 수가 갈수록 늘고 있어요.

유 người dùng mạng 누리꾼

---

chat

채팅하다

Dạo này bố mẹ cũng bắt đầu **chat** qua Zalo.

요즘 부모님도 잘로(Zalo)로 채팅을 시작하셨어요.

🔍 잘로(Zalo)는 베트남에서 사용하는 한국의 카카오톡이나 라인 같은 메신저 애플리케이션이에요.

---

chia sẻ

공유

Anh Tuấn đã **chia sẻ** cuộc họp hôm nay qua e-mail.

뚜언 씨는 오늘 회의 내용을 메일로 공유했어요.

🔍 chia sẻ는 '~을/를 분배하다', '(기쁨·고통을) 나누다'의 의미로도 쓰여요.

---

chương trình định vị vệ tinh

위성 위치 프로그램

Nhà khoa học đó đang tham gia vào việc phát triển **chương trình định vị vệ tinh** của NASA.

그 과학자는 NASA의 위성 위치 프로그램 개발에 참가하고 있어요.

đăng kí thành viên

가입

Tôi đã **đăng kí thành viên** trang web của Thư viện Quốc gia để tìm tài liệu.

나는 자료를 찾기 위해 국립 도서관 홈페이지에 가입했어요.

[참] điều khoản & chính sách 약관과 정책

🔍 동사로도 사용할 수 있어요.

đăng nhập

명

로그인

Tôi quên thông tin **đăng nhập** của mình nên phải tìm ID và mật khẩu.

나는 로그인 정보를 잊어버려서 아이디와 비밀번호를 찾아야 해요.

[참] đăng xuất 로그아웃

đĩa cứng

명

하드 디스크

Anh ấy định dạng **đĩa cứng** và cài đặt lại Windows.

그는 하드 디스크를 포맷하고 윈도우를 다시 설치했어요.

[유] ổ cứng 하드 디스크
[참] định dạng 포맷하다

đính kèm

동

첨부하다

Tôi đã **đính kèm** ảnh đi du lịch để gửi cho các bạn.

나는 여행 사진을 첨부하여 친구들에게 메일을 보냈어요.

[유] kèm theo 첨부하다

đường dẫn

명

링크

Mẹ tôi thường gửi cho tôi **đường dẫn** đến những bài báo hữu ích trên Internet.

어머니는 나에게 종종 인터넷에서 유용한 기사 링크를 보내 주세요.

| file tài liệu | Anh gửi giùm tôi **file tài liệu** này qua e-mail nhé! |

file tài liệu

파일

Anh gửi giùm tôi **file tài liệu** này qua e-mail nhé!
형/오빠는 저에게 이 파일을 이메일로 보내 주세요.

참 giùm + 동사: ~을/를 해 주다

---

gửi phản hồi

의견 보내기

Các công ti sử dụng tính năng 'Gửi phản hồi' của trang web để lấy ý kiến của khách hàng về sản phẩm của họ.
기업들은 고객들의 제품에 관한 의견을 알기 위해 홈페이지의 '의견 보내기' 기능을 사용해요.

---

hộp thư điện tử

메일 편지함

Cậu có 50 thư đến trong **hộp thư điện tử**.
메일 편지함에 50개 메일이 있어요.

참 hộp thư 편지함(= hộp thư đến) | thùng rác 휴지통 | xác nhận đã đọc 수신 확인 | hộp thư rác 스팸 메일함(= hộp thư spam)

---

kĩ thuật viên xử lí thông tin

정보 처리 기사

Kĩ thuật viên xử lí thông tin đang kiểm tra nội dung.
정보 처리 기사가 콘텐츠를 검토하고 있어요.

참 xử lí 처리하다

---

lướt web

웹 서핑하다

Mỗi ngày cậu ấy dành trên 5 tiếng đồng hồ để **lướt web**.
매일 그 친구는 웹 서핑을 하기 위해 5시간이나 보냈어요.

màn hình
명
화면

Màn hình máy tính hơi tối.
컴퓨터 화면이 조금 어두워요.

---

mạng
명
인터넷, 온라인

Giao dịch qua **mạng** trong năm nay ghi nhận kỉ lục doanh thu khổng lồ.
올해 온라인 거래는 막대한 매출을 기록했어요.

참 cài đặt quyền riêng tư 공개 범위 설정

---

máy in
명
프린터, 출력기

Bố vừa mua cho tôi một chiếc **máy in** màu.
아빠가 나에게 컬러 프린터를 사 주셨어요.

참 in 인쇄하다 | phô tô 복사하다

---

mật khẩu
명
비밀번호

Bạn nên thay đổi định kì **mật khẩu** của các tài khoản internet đang sử dụng.
사용 중인 인터넷 계정들의 비밀번호를 주기적으로 변경하는 것이 좋아요.

유 mã số bí mật 비밀번호

---

nhấp chuột
동
클릭하다

Bạn **nhấp chuột** vào đường dẫn phía dưới để vào blog nhé.
아래 링크를 클릭하여 블로그에 들어가 보세요.

참 đường dẫn 경로, 링크 ➡ p.202

phần mềm
명
소프트웨어, 프로그램

Phần mềm kế toán mới rất tiện lợi.
신규 회계 소프트웨어는 매우 편리해요.

반 phần cứng 하드웨어
참 kế toán 회계, 회계하다

---

tải
동
내려받다, 싣다

Bạn **tải** clip đó về máy tính chưa?
그 영상을 컴퓨터로 내려받았어요?

 낮은음에서 중간 음으로 올렸다 다시 낮은음으로 내리는 성조(ˀ)에서 무성조로 바뀌어 tai로 쓰면 '귀'의 의미이고, 강하게 내려 끊는 성조(.)인 tại로 쓰면 '~에', '왜냐하면'의 의미예요. ➡ p.21

---

thanh tìm kiếm
명
검색창

Tôi mở **thanh tìm kiếm** mới để tìm hiểu về lịch sử Việt Nam.
나는 베트남 역사를 알아보기 위해 새로운 검색창을 열었어요.

참 tìm kiếm 찾다, 조사하다

---

thư điện tử
명
전자 우편, 이메일

A Địa chỉ **thư điện tử** của bạn là gì?
이메일 주소가 어떻게 돼요?

B Địa chỉ **thư điện tử** của mình là hien88@vmail.com.
내 이메일 주소는 hien88@vmail.com이야.

유 địa chỉ e-mail 이메일 주소

---

truy cập
동
접속하다

Anh ấy đang **truy cập** vào trang chủ của thư viện.
그는 도서관 홈페이지에 접속하고 있어요.

참 truy cập vào ~에 접속하다

---

1 다음 빈칸에 알맞은 단어를 쓰세요.

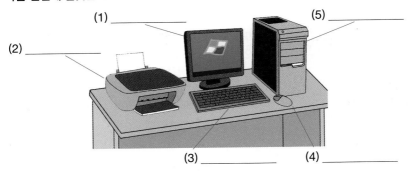

(1) _____

(2) _____

(5) _____

(3) _____

(4) _____

2 다음 활동에 알맞은 단어를 연결하세요.

(1) lướt web　　　　　•

(2) in giấy tờ　　　　•

(3) tìm kiếm tài liệu　•

(4) tạo tài khoản mới　•

•　① mật khẩu

•　② mạng internet

•　③ thanh tìm kiếm

•　④ máy in

3 다음 괄호 안의 표현 중 알맞은 것을 골라 문장을 완성하세요.

(1) Tôi cần (phô tô / in) hộ chiếu và chứng minh thư.

(2) Tôi có thể tải (phần mềm / phần cứng) này ở đâu?

(3) Họ nhờ tôi chuyển cho anh một số (file tài liệu / hộp thư điện tử).

(4) Có nhiều (công dân / cư dân mạng) bình luận không tốt về ca sĩ ấy trên mạng xã hội.

bốt điện thoại công cộng
명
공중전화 부스

Vì điện thoại di động hết pin nên tôi phải vào **bốt điện thoại công cộng** để gọi điện.

핸드폰 배터리가 나가서 나는 공중전화 부스에 가서 전화를 해야 해요.

참 **hết pin** 배터리가 나가다

---

bưu phẩm
명
우편물

Bưu phẩm sẽ đến nơi vào tuần tới.

우편물이 다음 주 중에 도착할 예정이에요.

유 **bưu kiện** 소포, 우편

---

bưu thiếp
명
엽서

Anh đã gửi **bưu thiếp** chúc mừng sinh nhật cho cô ấy chưa?

형/오빠는 그녀에게 생일 축하 엽서를 보냈나요?

참 **chúc mừng** 축하하다

---

cước phí
명
우편 요금

Cước phí gửi hàng từ Việt Nam sang Hàn Quốc khá đắt.

베트남에서 한국으로 보내는 우편 요금은 꽤 비싼 편이에요.

---

chế độ tự động trả lời cuộc gọi
명
전화 자동 응답 모드

Bạn có thể cài đặt **chế độ tự động trả lời cuộc gọi** khi không thể nhận điện thoại.

전화를 못 받을 경우 전화 자동 응답 모드를 설정할 수 있어요.

참 **ghi âm** 녹음하다

danh bạ (điện thoại)

전화번호부

Danh bạ có thể được lưu ở điện thoại hoặc sim.
전화번호부는 전화기 또는 유심에 저장돼요.

[참] sim 유심

điện thoại thông minh

스마트폰

Khi **điện thoại thông minh** trở nên phổ biến, mọi người sử dụng pin dự phòng nhiều hơn.
스마트폰 사용이 대중화되면서 사람들이 보조 배터리를 많이 사용하고 있어요.

[참] pin dự phòng 보조 배터리

đường bưu điện

등기 우편

Khi khách hàng mua dưới 5 sản phẩm, sản phẩm sẽ được chuyển bằng **đường bưu điện**.
고객이 5개의 상품을 구매할 경우 상품은 등기 우편으로 배송될 거예요.

[참] chuyển phát nhanh 빠른 우편 | chuyển phát 발송하다

---

gửi

보내다

Mỗi tháng bố mẹ đều **gửi** gạo từ quê cho tôi.
부모님이 매달 고향에서 쌀을 보내 주세요.

[참] người gửi 발신인

---

mã vùng

지역 번호, 국가 번호

Mã vùng điện thoại quốc tế của Việt Nam là 84.
베트남 국제 전화 국가 번호는 84예요.

máy bận

통화 중이다

Tôi gọi điện cho mẹ nhưng **máy bận**.
어머니에게 전화했는데 통화 중이었어요.

참 **bận** 바쁜

---

nhầm

잘못 알다, 잘못하다

Tôi gọi điện thoại **nhầm** vì sai số điện thoại.
내가 전화번호를 틀려서 전화를 잘못 걸었어요.

참 hiểu **nhầm** 오해하다

---

nhận

받다, 수령하다

A Bạn đã **nhận** được bưu phẩm mình gửi chưa?
내가 보낸 소포를 잘 받았어?

B Ừ, chiều qua mình **nhận** rồi. Cảm ơn bạn.
응, 어제 오후에 받았어. 고마워.

참 người **nhận** 수취인

---

pin

배터리

A Bạn có thể sạc **pin** giúp tôi được không?
배터리를 충전해 줄 수 있어?

B Ừ, đưa **pin** cho mình.
응, 나에게 배터리 줘.

참 **sạc** 충전하다

---

rời khỏi

떠나다

Bạn ấy quyết định **rời khỏi** Seoul để đi Jeju làm việc.
그 친구는 서울을 떠나 제주도로 일하러 가기로 결정했어요.

tem thư

우표

Cô ấy sưu tập **tem thư** từ khi còn nhỏ.
그녀는 어렸을 때부터 우표를 수집해 왔어요.

---

thẻ điện thoại quốc tế
명
국제 전화 카드

Bạn có thể mua **thẻ điện thoại quốc tế** ở cửa hàng tiện ích.
편의점에서 국제 전화 카드를 구매할 수 있어요.

---

thùng thư
명
우체통, 우편함

Xin vui lòng bỏ thư vào **thùng thư** bưu điện ở bên trái.
왼쪽 우체통에 편지를 넣어 주십시오.

---

thư
명
편지

Lâu rồi cô ấy không viết **thư** cho bạn trai.
그녀는 오랫동안 남자 친구에게 편지를 쓰지 않았어요.

---

tin nhắn

메시지

Trưởng phòng marketing vẫn chưa kiểm tra **tin nhắn** về cuộc họp.
마케팅팀 팀장이 회의에 관한 메시지를 아직 확인하지 않았어요.

 nhắn 전해 주다, 문자하다

1 사물 A가 사용되는 곳인 B를 연결하세요.

A

(1) bưu điện •

(2) thùng thư •

(3) bốt điện thoại •

(4) danh bạ điện thoại •

B

• ① Nơi gọi điện thoại công cộng.

• ② Nơi nhận và gửi các loại thư tín và bưu phẩm.

• ③ Hộp để đựng thư ở bưu điện hoặc ở nơi công cộng.

• ④ Quyển sổ để lưu số điện thoại của cơ quan hoặc cá nhân.

2 다음 그림에 해당하는 단어를 연결하세요.

(1)   (2)   (3)   (4)

•   •   •   •

•   •   •   •

① thư   ② tem thư   ③ tin nhắn   ④ thùng thư

3 다음에서 같은 품사가 <u>아닌</u> 것을 고르세요.

(1) ① gửi   ② nhận   ③ nhắn tin   ④ bưu phẩm

(2) ① thư   ② tem thư   ③ tin nhắn   ④ gọi điện thoại

(3) ① cước phí   ② bưu phẩm   ③ rời khỏi   ④ đường bưu điện

(4) ① pin   ② gửi   ③ nhận   ④ chuyển phát

âm lượng
명
음량, 볼륨

Anh vui lòng tăng **âm lượng** của loa giúp tôi.

스피커의 음량을 조금 높여 주시겠어요?

참 loa 스피커, 확성기

bài phóng sự
명
기사문, 르포르타주

Chủ đề xã hội này được thực hiện dưới hình thức **bài phóng sự**.

이 사회 주제를 르포르타주 형식으로 다루고 있어요.

유 bài tường thuật 르포르타주

báo chí
명
언론 (매체)

Quyền tự do **báo chí** là rất quan trọng trong xã hội dân chủ.

언론의 자유는 민주 사회에서 매우 중요해요.

🔍 'báo + 명칭'을 사용하여 '신문 이름'을 말할 수 있어요. tờ báo는 불특정한 신문을 지칭해요.

biên tập viên thời sự
명
앵커

Anh ấy đang đảm nhận vị trí **biên tập viên thời sự** của bản tin lúc 7 giờ trên kênh VTV1.

그는 VTV1 채널 7시 뉴스의 앵커를 맡고 있어요.

참 đảm nhận 담당하다, 담임하다

cuộc thi
명
콩쿠르, 경연 대회

Cô ấy nhận được giải thưởng cao nhất trong **cuộc thi** piano lần này.

그녀는 이번 피아노 콩쿠르에서 최고상을 수상했어요.

참 thi 시험 보다

đài truyền hình
명
방송사, 방송국

Em trai tôi đang làm việc ở **đài truyền hình**.
나의 남동생은 방송국에서 근무하고 있어요.

đặc phái viên
명
특파원

Cô ấy làm việc với tư cách là một **đặc phái viên** của Yonhap News ở Hà Nội.
그녀는 하노이에서 연합 뉴스 특파원으로 근무하고 있어요.

참 tư cách 자격

---

ghi hình
동
녹화하다

Chương trình thực tế đang **ghi hình** tại trường quay.
리얼리티 쇼가 스튜디오에서 녹화되고 있어요.

참 chương trình thực tế 리얼리티 쇼

---

họp báo
명
기자 회견

Đạo diễn đã tổ chức **họp báo** giới thiệu phim mới.
감독은 새로운 영화 소개에 관한 기자 회견을 열었어요.

---

kênh
명
채널

Bố mẹ tôi thường xem thời sự lúc 7 giờ tối trên **kênh** VTV1.
나의 부모님은 보통 VTV1 채널의 저녁 7시 뉴스를 보세요.

mic

마이크

Ca sĩ đó bỏ ra hơn 5.000 USD để mua chiếc mic này.

그 가수는 이 마이크를 구매하기 위해 5,000달러를 냈어요.

유 micro 마이크

---

người dẫn chương trình

사회자

Anh ấy là người dẫn chương trình chính của sự kiện này.

그는 이 행사의 메인 사회자예요.

참 sự kiện 사건, 행사 ➡ p.277

---

phát sóng

방송하다

Bộ phim đó sẽ được phát sóng vào tháng 3 năm sau.

그 드라마는 내년 3월에 방송될 예정이에요.

유 lên sóng 방송하다, 방영하다

---

phát sóng tường thuật

중계방송하다

Đài truyền hình phát sóng tường thuật bài phát biểu kỉ niệm hai năm nhậm chức của Tổng thống.

그 방송국은 대통령의 취임 2주년 기념 연설을 중계방송해요.

유 phát sóng trực tiếp 중계방송하다

---

phim tài liệu

다큐멘터리

Tối nay, phim tài liệu đặc biệt về ẩm thực thế giới sẽ được chiếu trên kênh VTV3.

세계 음식에 관한 특집 다큐멘터리는 오늘 밤에 VTV3 채널에서 방영될 거예요.

참 chiếu 돗자리, 상영하다, 방송하다

phim truyền hình
명
TV드라마

HTV2 là kênh truyền hình chuyên chiếu **phim truyền hình**.

HTV2는 드라마 방영을 전문으로 하는 방송 채널이에요.

참 kênh truyền hình 방송 채널

🔍 HTV2는 호찌민 지역 방송이에요.

---

phỏng vấn
명
인터뷰

Cô ấy nhận lời **phỏng vấn** của đài truyền hình EBS.

그녀는 EBS 방송국의 인터뷰 제의를 승낙했어요.

유 bài phỏng vấn 인터뷰

🔍 동사로도 쓰여요.

---

phương tiện thông tin đại chúng
명
매스 미디어, 대중 매체

Bố tôi thường theo dõi tin tức thời sự trên các **phương tiện thông tin đại chúng**.

아버지는 대중 매체를 통해 뉴스를 확인하세요.

참 đại chúng 대중

---

quảng cáo
명
광고

Phòng marketing đang soạn thảo kế hoạch **quảng cáo** sản phẩm.

마케팅 부서에서 상품 광고 계획서를 작성하고 있어요.

참 biên soạn 교재나 책 등을 편집하다 | soạn thảo 문서, 계획 등을 편집하다

---

sê ri
명
시리즈, 연속물

Sê ri phim truyền hình này dự kiến chiếu trên đài truyền hình cáp.

이 미니시리즈 드라마는 케이블 방송에서 방영될 예정이에요.

유 bộ 시리즈 | loạt 시리즈, 연속

tạp chí

명
잡지

Bài báo anh ấy viết được đăng trên **tạp chí** Kinh tế.

그가 쓴 기사가 경제 잡지에 실렸어요.

---

tập

명
회, 편

Bạn đã xem **tập** cuối của bộ phim truyền hình đó chưa?

그 드라마의 마지막 회를 봤어요?

🔍 '~집', '연습하다'의 의미도 있어요.

---

thảo luận

동
토론하다

Hôm nay chúng tôi có tiết **thảo luận** về văn học Việt Nam.

오늘 우리는 베트남 문학에 관한 토론 수업이 있어요.

---

thời sự

명
뉴스, 소식

Tôi thường xem **thời sự** bằng điện thoại thông minh khi đang đi tàu điện ngầm.

지하철을 타고 있을 때는 보통 스마트폰으로 뉴스를 봐요.

🔁 bản tin thời sự 뉴스(= tin tức)

---

truyền hình trực tiếp

명
생방송

Kênh VTV3 đang **truyền hình trực tiếp** trận chung kết World Cup thế giới.

VTV3 채널에서 월드컵 결승전을 생방송으로 중계하고 있어요.

1 다음 단어와 설명을 연결하세요.

(1) cuộc thi •

(2) phỏng vấn •

(3) quảng cáo •

(4) đặc phái viên •

(5) phim truyền hình •

• ① Buổi trình diễn để chọn người thắng cuộc.

• ② Người được cử đi để làm một việc đặc biệt.

• ③ Phim bộ phát sóng trên kênh truyền hình một cách rộng rãi.

• ④ Hình thức hỏi đáp trực tiếp hoặc gián tiếp để tìm hiểu về một vấn đề nào đó.

• ⑤ Hình thức giới thiệu về sản phẩm hay dịch vụ nào đó trên các phương tiện truyền thông.

2 다음 괄호 안의 표현 중 알맞은 것을 골라 문장을 완성하세요.

(1) Mẹ tôi thích xem (âm lượng / phim tài liệu).

(2) Bạn thường đăng bài ở (báo chí / tạp chí) nào?

(3) Ngày mai, cô Bích có (cuộc họp / họp) ở đài truyền hình Hà Nội.

(4) Bộ phim "Ngôi nhà nhỏ trên thảo nguyên" có bao nhiêu (tập / buổi)?

(5) Trận bóng đá giữa Việt Nam và Thái Lan được (truyền hình trực tiếp / thu âm) ở kênh nào?

(6) Cậu có biết (người dẫn chương trình / người biên tập) của cuộc thi Hoa hậu Việt Nam là ai không?

âm lịch
(명)
음력

Hàng năm vào ngày 3 tháng 3 **âm lịch** người Việt Nam làm bánh trôi ăn.
매년 음력 3월 3일에 베트남 사람들은 보통 바잉 쪼이를 만들어 먹어요.

(반) dương lịch 양력

---

bắt đầu
(동)
시작하다

Hoa mộc liên tượng trưng cho sự **bắt đầu** của mùa xuân.
목련꽃은 봄의 시작을 상징해요.

(참) xuất phát 출발하다 ➡ p.197

---

cả ngày
(부)
하루 종일

Cả ngày hôm nay, cô ấy không ăn gì cả.
그녀는 오늘 하루 종일 아무것도 안 먹었어요.

(유) suốt ngày 하루 종일

---

cuối cùng
(형)
마지막의

Chuyến tàu **cuối cùng** vừa xuất phát.
마지막 열차가 방금 출발했어요.

---

dần dần
(부)
점점, 점차

Nhiệt độ ở Hà Nội **dần dần** tăng lên khi hè đến.
하노이의 기온은 여름이 되면 점차로 높아져요.

đầu
형
처음의

Tôi sẽ kết hôn vào **đầu** năm tới.

나는 내년 초에 결혼할 거예요.

---

giây
명
초

Một tiếng là 60 phút còn một phút là 60 **giây**.

1시간은 60분이고 1분은 60초예요.

🔍 무성조가 위로 올라가는 성조(´)로 바뀌어 giấy로 쓰면 '종이'의 의미예요.

---

giờ
명
시, 시간

A Bây giờ là mấy **giờ**?

지금 몇 시예요?

B Bây giờ là 8 **giờ** sáng.

지금은 오전 8시예요.

🔠 tiếng 소리, 언어, 시간 ➡ p.223, 361

---

hàng
형
각각의

Thứ bảy **hàng** tuần, tôi đến một trung tâm cứu trợ thú cưng để làm tình nguyện.

매주 토요일에 나는 유기견 보호소에 가서 봉사 활동을 해요.

🔖 trung tâm cứu trợ thú cưng 유기견 보호소

🔍 hàng은 동사로는 '항복하다', '투항하다'의 의미이고, 명사로는 '상품', '재화'라는 의미예요. 또한 'hàng + 시간 표현'으로 사용해요. (hàng ngày 매일, hàng tuần 매주, hàng năm 매해)

---

kết thúc
동
마치다

Sau khi **kết thúc** công việc, chúng tôi thường đi ăn tối với nhau.

업무가 끝난 후 우리는 보통 함께 저녁을 먹으러 가요.

🔠 xong 끝나다

khoảnh khắc

때, 순간

Tôi vẫn nhớ mãi **khoảnh khắc** tôi gặp cô ấy lần đầu.

나는 그녀를 처음 만난 순간을 아직도 기억해요.

---

lần

회, 번

Cuộc thi hùng biện tiếng Việt được tổ chức 2 **lần** trong một năm tại Hà Nội.

베트남어 웅변 대회는 1년에 2번 하노이에서 개최돼요.

---

lịch trình

일정표

Tôi đang viết **lịch trình** hoạt động tình nguyện cho tuần này.

나는 이번 주 봉사 활동 일정표를 작성하고 있어요.

---

mất

시간이 걸리다

Từ nhà tôi đến trạm xe buýt gần nhất **mất** khoảng 15 phút đi bộ.

우리 집에서 제일 가까운 버스 정류장까지 도보로 15분 정도 걸려요.

🔍 '잃다', '죽다'의 의미도 있어요.

---

mỗi

각각의

Mỗi ngày tôi đi tập thể dục ở sân vận động.

나는 매일 운동장에서 운동을 해요.

참 mọi 모든

mùa
동
계절, 시즌

Tháng 1 là **mùa** hoa mai vàng nở rộ ở miền Nam Việt Nam.

베트남 남부 지방의 1월은 노란 매화꽃이 활짝 피는 계절이에요.

---

muộn
형
늦은, 지각한

Học sinh đó luôn đi học **muộn**.

그 학생은 수업에 항상 지각해요.

📖 **trễ** 늦은

---

năm
명
년, 해

Việt Nam đăng cai đại hội thể thao Đông Nam Á lần đầu vào **năm** nào?

베트남은 몇 년도에 동남아시아 경기 대회를 처음으로 개최했어요?

🔍 숫자 '5'의 의미도 있어요. ➡ p.354

---

ngày
명
날짜

Bạn có biết sinh nhật của bố là vào **ngày** nào không?

너는 아빠 생신이 며칠인지 알아?

---

phút
명
분

Từ nhà bạn đến trường đi bằng xe buýt mất bao nhiêu **phút**?

집에서 학교까지 버스로 몇 분 걸리나요?

tháng 명 달	Tôi vừa chuyển khoản tiền thuê nhà **tháng** này. 나는 이번 달 월세를 방금 입금했어요. [참] ngày tháng 날짜 ➡ p.358
thế hệ 명 세대	Gia đình tôi là một gia đình ba **thế hệ** sống chung với nhau. 내 가족은 삼 대가 함께 살아요.
thế kỉ 명 세기	Từ cuối **thế kỉ** 20, thị trường điện thoại di động phát triển rất mạnh. 20세기 말에 핸드폰 시장이 급성장했어요.
thời đại 명 시대	Trong **thời đại** kĩ thuật số, mọi công việc đều có thể xử lí qua điện thoại thông minh. 디지털 시대에는 모든 업무가 스마트폰을 통해 처리될 수 있어요.
thời kì 명 기간, 시기	Cuối năm là **thời kì** rất bận rộn. 연말은 가장 바쁜 시기예요.

thời tiết
명
날씨

Theo dự báo **thời tiết**, hôm nay trời sẽ có nhiều mây.

일기 예보에 따르면, 오늘 날씨는 구름이 많을 것으로 예상돼요.

참 khí hậu 기후 ➡ p.238

---

thứ
명
요일

A Hôm nay là **thứ** mấy?

오늘은 무슨 요일이에요?

B Hôm nay là chủ nhật, ngày 21 tháng 8.

오늘은 8월 21일 일요일이에요.

🔍 'thứ + 기수'는 요일의 의미도 있지만 서수로도 사용돼요. 그러나 첫 번째는 thứ một이 아닌 thứ nhất으로, 네 번째는 thứ bốn이 아닌 thứ tư로 사용하는 것을 꼭 기억해야 해요. ➡ p.355

---

tiếng
명
시간

Từ Hà Nội đến thành phố Đà Lạt mất khoảng 1 **tiếng** bằng máy bay.

하노이에서 달랏시까지 비행기로 약 1시간 걸려요.

🔍 '소리', '언어'의 의미도 있어요. ➡ p.361

---

tới
부
다음 번

Bạn ấy đang lên kế hoạch cho học kì **tới**.

그 친구는 다음 학기를 위한 계획을 세우고 있어요.

유 lần sau 다음 번

---

tuần
명
주

Tuần này tôi không đi học lớp yoga được vì bị đau lưng.

이번 주에 나는 등이 아파서 요가 수업에 참가할 수 없어요.

1 다음 빈칸에 알맞은 단어를 아래에서 골라 쓰세요.

muộn	trong	ngày	kết thúc	khoảnh khắc	vì thế

Hôm qua là (1) _____ sinh nhật của tôi. (2) _____ cả gia đình tôi đã đi ăn ở nhà hàng. Chúng tôi đến nhà hàng lúc 7 giờ. Lúc đó nhà hàng rất đông người. Chúng tôi đã gọi nhiều món ăn ngon và ăn tối cùng nhau. Em gái tôi bận việc nên đến (3) _____. Khi đến cô ấy đã tặng tôi một bó hoa rất đẹp. (4) _____ bữa tiệc, bố mẹ cũng tặng tôi một chiếc đồng hồ. Chúng tôi ăn uống rất vui vẻ. Bữa tiệc (5) _____ lúc 10 giờ đêm. Tôi sẽ nhớ mãi (6) _____ đó.

2 다음 빈칸에 알맞은 단어를 고르세요.

(1) Ở Việt Nam, mùa xuân là _____ lễ hội.
   ① mỗi   ② mùa   ③ không gian   ④ khoảnh khắc

(2) Vào cuối thu, _____ ở Hà Nội rất mát mẻ.
   ① bầu trời   ② thời kì   ③ thời tiết   ④ thời gian

(3) Bạn đã nhận được _____ học tiếng Việt chưa?
   ① thời kì   ② lịch trình   ③ thời gian   ④ quyển lịch

(4) Một giờ có 60 _____, một _____ có 60 giây.
   ① giây   ② ngày   ③ phút   ④ tháng

(5) _____ hôm qua cô ấy không ăn gì cả nên đã bị kiệt sức.
   ① Cả năm   ② Cả ngày   ③ Cả tuần   ④ Cả tháng

(6) Trong _____ 4.0, nhiều công ti không còn tuyển lao động chân tay nữa.
   ① thế hệ   ② thế kỉ   ③ thời đại   ④ thời gian

VII 자연환경

Môi trường tự nhiên

🎧 MP3 **07-01**

---

bán cầu

명

반구

Việt Nam là quốc gia nằm ở Bắc **bán cầu**.
베트남은 북반구에 위치한 나라예요.

---

bán đảo

명

반도

Bán đảo Sơn Trà nằm cách trung tâm thành phố Đà Nẵng khoảng 10km.
썬짜반도는 다낭시 중심에서 약 10km 떨어진 곳에 위치해요.

---

biên giới

명

국경

Lào và Việt Nam là hai nước có đường **biên giới** chung dài khoảng 800km.
라오스와 베트남 두 나라의 국경은 약 800km입니다.

---

châu lục

명

대륙

Nước Nga nằm trên cả hai **châu lục**: châu Á và châu Âu.
러시아는 아시아와 유럽 두 대륙 위에 위치해요.

---

diện tích

명

면적

Diện tích của Mĩ là lớn thứ ba trên thế giới.
미국의 면적은 세계에서 세 번째로 넓어요.

đất
명
땅, 토양

Vì trời mưa nên mặt **đất** rất ẩm ướt.

비가 와서 땅이 아주 축축해요.

유 mặt đất 지반, 지면

địa phương
명
지방, 지역

Tôi muốn tìm hiểu về văn hoá **địa phương** của Việt Nam.

나는 베트남의 지역 문화를 알아보고 싶어요.

유 vùng miền 지방, 지역
참 khu vực 구역, 지역 ➡ p.79

độ cao
명
고도, 해발 고도

Khách sạn đó được xây dựng ở **độ cao** 1.000 mét.

그 호텔은 해발 고도 1,000m에 건설되었어요.

đường chân trời
명
수평선, 지평선

Mặt trời đang lặn dần xuống **đường chân trời**.

해가 지평선 아래로 천천히 지고 있어요.

---

hành tinh
명
행성

Hệ Mặt Trời có tám **hành tinh**, bao gồm cả Trái đất.

태양계에는 지구를 포함한 8개의 행성이 있어요.

참 thuỷ tinh 수성 | kim tinh 금성 | hoả tinh 화성 | mộc tinh 목성 | thổ tinh 토성 | thiên vương tinh 천왕성 | hải vương tinh 해왕성

không khí
명
공기, 대기

Tình hình ô nhiễm **không khí** đang ngày càng trở nên nghiêm trọng.

대기 오염 상황이 날로 심각해지고 있어요.

참 khí quyển 대기, 대기권

lãnh thổ
명
영토

Các quốc gia thời xưa thường thực hiện chính sách mở rộng **lãnh thổ** bằng chiến tranh xâm lược.

옛날 국가들은 침략 전쟁으로 영토 확장 정책을 추진했어요.

mặt trăng
명
달

Neil Armstrong là người đầu tiên đặt chân lên **mặt trăng**.

닐 암스트롱은 달에 최초로 발을 디딘 사람이에요.

mặt trời
명
태양

Trái đất quay xung quanh **mặt trời**.

지구는 태양 주변을 돌아요.

phi hành gia
명
우주 비행사

Ước mơ của cậu bé 10 tuổi này là trở thành **phi hành gia**.

이 10살 아이의 꿈은 우주 비행사가 되는 것이에요.

유 nhà du hành vũ trụ 우주 비행사

quần đảo

군도

Indonesia là đất nước của những **quần đảo** do vô vàn các hòn đảo tạo thành.

인도네시아는 수많은 섬으로 이뤄진 군도의 나라예요.

---

rừng nhiệt đới

정글

Anh ta bị lạc trong **rừng nhiệt đới** đã hai ngày rồi.

그는 정글 속을 헤맨 지 이틀이 되었어요.

유 rừng rậm nhiệt đới 열대 우림

참 bị lạc 길을 잃다, 잃어버리다

---

sa mạc

사막

Sa mạc Sahara là **sa mạc** lớn nhất và nguy hiểm nhất trên thế giới.

사하라 사막은 세계에서 가장 크고 위험한 사막이에요.

---

sao

별

Bầu trời đêm nay đầy **sao**.

오늘 밤하늘에 별이 가득해요.

참 sao 왜(의문사)

🔍 복수의 의미로 여러 별들을 칭하며, 'sao + 별 명칭'은 별 이름을 나타내요. (sao Bắc Đẩu 북두성) 그러나 ngôi sao(별)는 단수 의미로 쓰이며, 별 명칭과 함께 사용하지 않고 독립적으로 사용해요.

---

thế giới

세계, 세상

Thác Niagara là một trong những thác đẹp nhất **thế giới**.

나이아가라 폭포는 세상에서 가장 아름다운 폭포 중 하나예요.

참 ngôi nhà trái đất 지구촌 | toàn cầu hoá 세계화하다 ➡ p.326

trái đất

지구

Làm thế nào **trái đất** có thể tự quay?
지구는 어떻게 자전을 할 수 있을까요?

참 tự quay 자전하다

---

vệ tinh

위성

Đây là bản vẽ thiết kế **vệ tinh** nhân tạo.
이것은 인공위성 설계도입니다.

---

vũ trụ
명
우주

Các nhà khoa học vẫn đang nghiên cứu về quy luật của hố đen **vũ trụ**.
과학자들은 우주의 블랙홀 규칙에 대해 아직도 연구하고 있어요.

(vùng) cực
명
극 (지방)

Băng ở Bắc **cực** và Nam **cực** đang tan rất nhanh.
북극과 남극의 빙하가 매우 빠르게 해빙되고 있어요.

---

xích đạo
명
적도

Có tổng cộng 14 quốc gia cắt ngang đường **xích đạo**.
적도를 지나는 나라는 총 14개국이 있어요.

참 tổng cộng 총계, 총합계

1 다음 빈칸에 알맞은 단어를 아래에서 골라 쓰세요.

mặt trời	ngôi sao	rừng nhiệt đới	sa mạc

(1) Vào rằm tháng tám âm lịch, chúng ta có thể nhìn thấy nhiều
_____ trên bầu trời.

(2) _____ là nơi có nhiều cát và khí hậu luôn khô nóng.

(3) Mấy hôm nay trời mưa nhiều nên không nhìn thấy _____.

(4) Mỗi lần đến Braxin, tôi đều đến tham quan và khám phá _____.

2 반의어끼리 연결하세요.

(1) mặt trời   •   • ① mặt đất

(2) bán cầu Bắc   •   • ② mặt trăng

(3) bầu trời   •   • ③ bán cầu Nam

3 다음 단어에 알맞은 설명을 연결하세요.

(1) châu lục   •   • ① Một nhóm các đảo nằm gần nhau.

(2) lãnh thổ   •   • ② Phần đất liền nằm nhô ra mặt nước, có ba hoặc nhiều mặt tiếp xúc với nước.

(3) quần đảo   •   • ③ Một phần bề mặt của trái đất có giới hạn gồm cả đất liền, nước và không gian.

(4) bán đảo   •   • ④ Một tổ hợp lớn về đất đai, trên đó có nhiều quốc gia khác nhau.

🎵 MP3 **07-02**

---

bãi biển

명

해변

Có nhiều quán cà phê đẹp dọc **bãi biển** Anmok ở Gangneung.

강릉의 안목 해변을 따라 예쁜 카페들이 많아요.

참 dọc 길이, ~의 곁에, ~을/를 따라 | **bãi tắm biển** 해수욕장

🔍 'bãi biển + 명칭'은 '~ 해수욕장'의 의미예요.

---

bãi cỏ

명

풀밭, 목초지

Cuối tuần, cô ấy thường ngồi ở **bãi cỏ** công viên rồi đọc sách.

주말에 그녀는 보통 공원 풀밭에 앉아서 책을 읽어요.

참 cỏ 풀

---

biển

명

바다

Mỗi khi hè về là cả gia đình đều muốn đi du lịch **biển**.

여름이 돌아올 때마다 온 가족은 바다 여행을 가고 싶어 해요.

---

bờ biển

명

해안

Việt Nam có đường **bờ biển** dài dọc lãnh thổ.

베트남은 영토를 따라 긴 해안선이 있어요.

---

cánh đồng

명

밭, 들판

Bạn có thể ngắm lúa chín vàng trên các **cánh đồng** ở Sa Pa vào tháng 9.

9월의 사파 들판에서 벼가 누렇게 익는 모습을 볼 수 있어요.

참 đồng ruộng 농지, 들판(= ruộng, thửa ruộng)

---

cát
명
모래

Bọn trẻ thích nghịch **cát** khi đi ra bãi tắm biển.
아이들은 해수욕장에 가면 모래 놀이 하는 것을 좋아해요.

참 cắt 자르다 ➡ p.130

đại dương
명
대양

Năm **đại dương** trên trái đất gồm có Thái Bình Dương, Ấn Độ Dương, Đại Tây Dương, Bắc Băng Dương và Nam Đại Dương.
지구의 오대양에는 태평양, 인도양, 대서양, 북극해, 남극해가 있어요.

đảo
명
섬

Bạn có thể tới **đảo** đó bằng tàu cao tốc trong 30 phút.
그 섬까지 고속 페리로 30분 안에 도착할 수 있어요.

참 tàu cao tốc 고속 열차, 고속 페리

đồi
명
언덕

Nhà của tác giả đó ở trên đỉnh **đồi**.
그 작가의 집은 언덕 꼭대기에 있어요.

유 gò 언덕, 끌어당기다

đồng bằng
명
평야, 평원

Các thành phố lớn của Việt Nam tập trung ở khu vực **đồng bằng**.
베트남 대도시들은 평야 지역에 집중되어 있어요.

참 tập trung 모으다, 집중하다

hồ
명
호수

Bạn có biết truyền thuyết về **hồ** Hoàn Kiếm không?

호안끼엠 호수에 대한 전설을 알고 있나요?

kênh đào
명
운하

Kênh đào Suez nối Địa Trung Hải và Biển Đỏ là **kênh đào** lớn nhất thế giới.

지중해와 홍해를 연결하는 수에즈 운하는 세계에서 가장 큰 운하예요.

참 **nối** 연결하다, 묶다

kênh rạch
명
하천

Chính quyền thành phố đang xây dựng hệ thống **kênh rạch**.

시청에서 하천 공사를 하고 있어요.

nông thôn
명
농촌, 시골

Tình trạng già hoá dân số đang tăng nhanh ở vùng **nông thôn** Hàn Quốc.

한국 농촌에서 인구 고령화가 빠르게 진행되고 있어요.

참 **tình trạng già hoá dân số** 인구 고령화 사회

núi
명
산

Ngọn **núi** cao nhất châu Phi nằm ở quốc gia nào vậy?

아프리카에 가장 높은 산은 어느 국가에 위치하고 있어요?

유 **ngọn núi** 산, 산정

phong cảnh
명
경치

Phong cảnh mùa xuân ở Hà Giang đẹp tuyệt vời.

하장의 봄은 경치가 매우 아름다워요.

---

rừng
명
숲, 산림

Cô ấy bị lạc trong **rừng**.

그녀가 숲속에서 길을 잃었어요.

---

sóng
명
파도, 물결

Sóng quá mạnh khiến con tàu tròng trành.

파도가 너무 세서 배가 휘청거렸어요.

---

sông
명
강

Có bao nhiêu cây cầu bắc qua **sông** Hàn?

한강을 가로지르는 한강 다리 개수는 얼마나 되나요?

🔍 무성조에서 올라가는 성조(′)로 바뀌어 **sống**으로 쓰면 '살다'의 의미예요.

---

suối
명
계곡

Người Hàn Quốc thường đi chơi ở các con **suối** vào mùa hè.

한국인은 보통 여름에 계곡으로 많이 놀러가요.

 thác 폭포

1 다음 설명이 의미하는 단어를 쓰세요.

(1) Một vùng đất trồng rau và ngũ cốc. _____

(2) Dòng nước tự nhiên chảy qua vùng đồi núi và thung lũng.

_____

(3) Vùng đất rộng, không nhấp nhô, bề mặt bằng phẳng và thoáng.

_____

(4) Đường dẫn nước được đào đắp để vận hành thuyền hoặc tưới tiêu.

_____

2 다음 짝지은 단어의 관계가 유의어가 <u>아닌</u> 것을 고르세요.

① biển — đại dương
② đồi — núi
③ cánh đồng — đồng bằng
④ sóng — bãi cỏ
⑤ bãi biển — bờ biển

3 다음 빈칸에 알맞은 단어를 아래에서 골라 쓰세요.

cát	bãi cỏ	nông thôn	phong cảnh	hồ

(1) Giá cả ở _____ rẻ hơn ở thành phố.

(2) _____ là một trong những vật liệu để xây nhà.

(3) Ở Việt Nam, nơi nào cũng có _____ đẹp.

(4) Hồi là học sinh tiểu học, chúng tôi thường đá bóng trên _____
gần nhà.

(5) Ở Hà Nội có nhiều _____, lớn nhất là Hồ Tây.

âm u
🔵 형
날씨가 흐린, 구름이 낀

Dự báo thời tiết ngày mai miền Bắc trời **âm u** và có mưa nhỏ.

일기 예보에서 내일 북부 날씨는 흐리고 비가 조금 내린다고 해요.

🔵 유 u ám 어두운, 탁한

ẩm ướt
🔵 형
습기가 많은, 축축한

Vào mùa xuân, thời tiết Hà Nội thường **ẩm ướt** và khó chịu.

봄에는 하노이 날씨가 대체로 습하고 불쾌한 편이에요.

🔵 유 ẩm 습한

🔍 ẩm의 낮은음에서 중간 음으로 올렸다 다시 낮은음으로 내리는 성조(ˀ)가 올라가는 성조(´)로 바뀐 ấm은 '따뜻한'의 의미예요.

cầu vồng
🔵 명
무지개

Sau cơn mưa, **cầu vồng** xuất hiện trên bầu trời.

비가 온 후 하늘에 무지개가 떴어요.

dự báo thời tiết
🔵 명
일기 예보

Theo **dự báo thời tiết**, ngày mai trời sẽ mưa.

일기 예보에서 내일 비가 온다고 했어요.

🔵 참 dự báo 예상, 예보

đóng băng
🔵 동
얼다, 얼리다

Trời lạnh đến mức sông hồ bị **đóng băng**.

호수가 얼 정도로 날씨가 너무 추워요.

🔵 참 đá 돌, 얼음, 단단한, 차다

độ
명
도, 등급

Nhiệt độ trong phòng hiện tại là 27 độ.
현재 실내 온도는 27도입니다.

참 nhiệt độ 온도

🔍 부사로 쓰면 '대략'의 의미가 있으며, 유의어로 khoảng(약, 대략)을 쓸 수 있어요.

gió
명
바람

Vào cuối tuần, tôi thường đi hóng gió ở hồ Tây.
주말에 나는 바람을 쐬러 호 떠이(서호)에 자주 가요.

관 hóng gió 바람 쐬다

hoàng hôn
명
황혼, 일몰

Lúc ở Huế, bạn ấy rất thích ra sông Hương ngắm hoàng hôn.
후에에 있었을 때, 그 친구는 흐엉강에 가서 석양을 바라보는 것을 좋아했어요.

반 bình minh 일출

khí hậu
명
기후

Dạo này khí hậu thay đổi bất thường.
요즘 기후가 비정상적으로 변해 가고 있어요.

khô
형
건조한

Bạn phải dưỡng ẩm thật kĩ trong những ngày thời tiết khô.
날씨가 건조한 날에는 꼼꼼히 보습을 해야 해요.

참 dưỡng ẩm 보습하다

lạnh

추운, 차가운

Hôm nay, trời có vẻ lạnh hơn hôm qua.

오늘 날씨가 어제보다 더 추운 것 같아요.

[반] ôn hoà 날씨가 맑고 따뜻한
[참] có vẻ + 형용사/동사: ~하는 것 같다

---

mây

구름

Hôm nay trời rất trong không một gợn mây.

오늘 하늘은 구름 한 점 없고 매우 맑아요.

---

mưa gió

뇌우, 비바람

Cô ấy vẫn đến cuộc họp đúng giờ mặc dù có mưa gió.

그녀는 비바람을 무릅쓰고 제시간에 회의에 도착했어요.

[유] mưa giông 폭풍우, 비바람

---

mưa rào

소나기

Anh ấy đang đi bộ thì gặp cơn mưa rào.

그가 걷는 중에 소나기를 만났어요.

[참] mưa phùn 이슬비, 북베트남에서 이른 봄에 내리는 가랑비

---

mưa rơi

비가 오다

Mưa rơi bất ngờ nên nhiều người đi đường bị ướt.

비가 갑자기 내려서 길 가는 많은 사람들이 젖었어요.

[유] mưa 비가 오다

nóng
형
더운, 뜨거운

Tháng 4 và tháng 5 là thời điểm **nóng** nhất ở Thành phố Hồ Chí Minh.
4월과 5월은 호찌민시가 가장 더운 시기예요.

sấm
명
천둥

Tôi ghét nhất là tiếng **sấm** vào những ngày mưa.
나는 비 오는 날의 천둥소리가 제일 싫어요.

참 sét 번개

sương mù
명
안개

Sương mù dày đặc nên tôi không nhìn thấy phía trước.
안개가 짙어서 나는 앞이 보이지 않아요.

tảng băng
명
빙판

Tuyết rơi hôm qua đã đóng thành nhiều **tảng băng** lớn.
어제 내린 눈이 얼어서 큰 빙판이 되었어요.

tuyết rơi
동
눈이 오다

Năm ngoái, ở Sa Pa có **tuyết rơi** không?
작년에는 사파에 눈이 왔나요?

참 tuyết 눈

1 날씨와 어울리는 물건을 연결하세요.

(1) trời lạnh   •

(2) trời mưa   •

(3) tuyết rơi   •

(4) trời nóng   •

• ① ô

• ② ủng

• ③ quạt

• ④ áo khoác

2 다음 괄호 안의 표현 중 알맞은 것 골라 문장을 완성하세요.

(1) Vào mùa hè thường có (mưa rào / mưa phùn) ở miền Bắc Việt Nam.

(2) Thỉnh thoảng, trời lạnh xuống âm độ và có (tuyết rơi / gió) ở Sa Pa.

(3) Con trai tôi rất thích màu sắc, đặc biệt là bảy sắc (mây / cầu vồng).

(4) Do biến đổi khí hậu nên dạo này dự báo (thời tiết / sấm sét) thường không chính xác lắm.

(5) Nếu trời mưa vào mùa xuân thì trong nhà thường rất (âm u / ẩm ướt).

3 다음 빈칸에 알맞은 단어를 아래에서 골라 쓰세요.

khô	tuyết rơi	nhiệt độ	dự báo thời tiết

(1) Vào mùa thu, thời tiết ở Hàn Quốc khá lạnh và _____.

(2) Anh đã nghe bản tin _____ trên kênh VTV1 tối nay chưa?

(3) Ở nước bạn, vào mùa hè, _____ cao nhất là bao nhiêu độ?

(4) Vào một số ngày mùa đông, ở Hàn Quốc trên đường có rất nhiều _____.

bồ câu
📛
비둘기

Bồ câu là biểu tượng của hoà bình.
비둘기는 평화의 상징이에요.

---

bướm
📛
나비

Con **bướm** sặc sỡ đậu trên bông hoa.
알록달록한 나비가 꽃 위에 앉아 있었어요.

---

cá heo
📛
돌고래

Cá heo là loài động vật vô cùng thông minh.
돌고래는 매우 똑똑한 동물이에요.

---

cá sấu
📛
악어

Anh ấy tham gia trải nghiệm câu **cá sấu** ở khu du lịch.
그는 관광지에서 악어 낚시 체험에 참가했어요.

🔍 악어 낚시는 장대에 꿰어 놓은 먹이를 악어에게 주는 것이에요.

---

cáo
📛
여우

Cáo là loài động vật rất nhanh nhẹn và thông minh.
여우는 매우 재빠르고 똑똑한 동물이에요.

chim
명
새

Tôi vừa ném gạo ra thì các chú **chim** đã sà ngay xuống.

내가 쌀을 막 던지자 새 한 무리가 바로 내려왔어요.

---

chó sói
명
늑대

Dân làng hoảng sợ khi nghe tiếng **chó sói** hú đằng xa.

마을 주민들은 멀리서 늑대가 울부짖는 소리를 듣고 놀랐어요.

참 chó 개

---

dê
명
염소

Con **dê** và sơn dương khác nhau như thế nào?

염소와 산양이 어떻게 다르나요?

참 sơn dương 산양

ếch
명
개구리

Anh ấy bắt chước tiếng của con **ếch** kêu.

그는 개구리가 우는 소리를 흉내 내고 있어요.

참 bắt chước 모방하다, 흉내 내다

---

gấu
명
곰

Gấu Bắc cực đang có nguy cơ tuyệt chủng.

북극곰은 멸종 위기에 처해 있어요.

참 gấu trúc 판다

(giống) cái
명
암컷

Săn mồi là nhiệm vụ của sư tử cái.
사냥은 암사자의 임무예요.

반 giống đực 수컷

🔍 giống cái는 일반 명사로 '암컷'의 의미예요. 특정 동물의 암컷을 표현할 때는 '동물 이름 + cái'를 사용해요.

hoang dã
명
야생

Bố thích xem phim tài liệu về động vật hoang dã.
아빠는 야생 동물에 관한 다큐멘터리 보는 것을 좋아해요.

hổ
명
호랑이

Con gái của cô ấy thích đi sở thú xem hổ.
그녀의 딸은 호랑이를 보러 동물원에 가는 것을 좋아해요.

유 cọp 호랑이

kiến
명
개미

Đàn kiến bu đầy lên chiếc bánh ngọt ở trên bàn.
개미들이 식탁에 있는 케이크에 잔뜩 꼬였어요.

khỉ
명
원숭이

Khỉ rất thích ăn hoa quả.
원숭이는 과일을 아주 좋아해요.

lợn
명
돼지

Nông trại nhà chú của tôi nuôi 100 con lợn.
나의 삼촌 농장에서 돼지 100마리를 키우고 있어요.

🔁 heo 돼지

---

mèo
명
고양이

Con mèo nhà mình rất hiền và đáng yêu.
내 고양이는 너무 착하고 귀여워요.

---

nuôi
동
키우다, 기르다

Nhà cô ấy đang nuôi ba chú cún.
그녀의 집에서 강아지 세 마리를 키우고 있어요.

🟡 nuôi dưỡng 기르다, 양육하다
🟢 chú cún 강아지

---

ngỗng
명
거위

Một chú ngỗng trời bay lạc vào khu dân cư.
야생 거위 한 마리가 주택 단지에 잘못 날아왔어요.

---

ngựa
명
말

Con ngựa đó trông thật dễ thương.
그 말이 너무 귀엽게 생겼네요.

🟢 con ngựa vằn 얼룩말

nhện
명
거미

Nhện làm thế nào để tạo ra mạng **nhện** vậy nhỉ?
거미는 어떻게 거미줄을 만들지?

참 mạng nhện 거미줄

ong mật
명
꿀벌

Ong mật vừa cung cấp mật ong vừa có vai trò rất quan trọng trong hệ sinh thái.
꿀벌은 꿀을 제공하기도 하며 생태계에 매우 중요한 역할을 하기도 해요.

참 ong 벌

rắn
명
뱀

Con **rắn** hổ mang chúa đang sắp đến thời kì lột da.
킹코브라는 곧 허물을 벗는 시기에 들어갈 예정이에요.

참 con rắn hổ mang 킹코브라 | lột da 껍질을 벗다

rùa
명
거북이

Hồ Hoàn Kiếm có rất nhiều **rùa** quý hiếm.
호안끼엠 호수에는 희귀한 거북이가 아주 많아요.

참 ba ba 자라

ruồi
명
파리

Bố dùng vợt đập ruồi để đuổi **ruồi** đi.
아빠가 파리채를 사용해서 파리를 쫓아요.

참 vợt đập ruồi 파리채

săn
동
사냥하다, 쫓아내다

Săn cá voi bị xem là bất hợp pháp ở nhiều quốc gia.
고래를 사냥하는 것은 많은 국가에서 불법이에요.
참 bất hợp pháp 불법적인

---

sâu bọ
명
벌레, 해충

Vụ mùa lúa năm nay bị thiệt hại rất nhiều do **sâu bọ**.
올해 벼농사는 벌레로 인해 많은 피해를 입었어요.

---

sư tử
명
사자

Sư tử đầu đàn đang quan sát xung quanh.
선두에 있는 사자가 주변을 관찰하고 있어요.
참 quan sát 관찰하다

---

thỏ
명
토끼

Mỗi sáng, chị ấy đều ra chuồng **thỏ** cho **thỏ** ăn.
매일 아침 그녀는 토끼에게 먹이를 주러 토끼장에 가요.
참 chuồng 가축우리

---

voi
명
코끼리

Con **voi** con không rời **voi** mẹ một phút giây nào.
아기 코끼리는 엄마를 한순간도 떠나지 않아요.
참 cá voi 고래

연습 문제
Luyện tập

1 다음 그림에 해당하는 단어를 연결하세요.

(1)   (2) (3)   (4)

• • • •

• • • •

① con ong   ② con chim   ③ con ngựa   ④ con sư tử

2 다음 설명에 맞는 동물을 아래에서 골라 쓰세요.

voi	bồ câu	ngỗng	con bướm

(1) Có bốn cánh mỏng và có nhiều màu sắc. _____

(2) Thường được dùng làm biểu tượng của hoà bình. _____

(3) Chim cùng họ với vịt nhưng to và cổ dài hơn. _____

(4) Động vật rất lớn và có mũi dài, sống ở vùng nhiệt đới. _____

3 다음 빈칸에 알맞은 단어를 아래에서 골라 쓰세요.

nuôi	cá voi	hoang dã

(1) _____ là loại động vật có vú sống dưới nước.

(2) Tôi rất thích _____ thú cưng nhưng bố mẹ tôi không thích lắm.

(3) Trước đây khu vực này có rất nhiều động vật _____ nên ít người đi lại.

5 자연재해 · 환경
Thiên tai · Môi trường

🎵 MP3 **07-05**

---

bảo tồn

명

보존

Công ước về **bảo tồn** nguồn lợi ở biển Nam cực đã được kí kết vào năm 1980.

남극 해양 생물 자원 보존 조약이 1980년에 체결되었어요.

---

bảo vệ môi trường

명

환경 보호

Nhiều tổ chức trong và ngoài nước đang hoạt động khắp nơi để **bảo vệ môi trường**.

많은 국내외 단체들이 환경 보호를 위해 곳곳에서 활동하고 있어요.

---

bão cát vàng

명

황사

Vào mùa xuân, ở Hàn Quốc thường có nhiều người bị các bệnh về hô hấp do **bão cát vàng** gây ra.

한국에서는 봄에 황사로 인한 호흡기 질환 환자가 많아요.

유 hoàng sa 황사

---

bão lụt

명

풍수해

Chính quyền địa phương đã đưa ra nhiều phương án để phòng chống **bão lụt**.

지자체는 풍수해 예방을 위해 여러 대책을 제시했어요.

---

bão tuyết

명

폭설

Cư dân ở vùng núi bị cô lập do **bão tuyết**.

폭설로 산간 지역의 주민들이 고립되었어요.

참 đợt lạnh 한파(= đợt rét)

---

bị ngập

침수되다

Cứ có mưa lớn là nhiều tuyến đường ở Hà Nội **bị ngập**.

큰비가 올 때마다 하노이의 많은 도로가 침수돼요.

---

biến đổi khí hậu

기상 이변

Hiện tượng nhiệt độ cao bất thường và thấp bất thường đang diễn ra khắp nơi trên trái đất do **biến đổi khí hậu**.

기상 이변으로 지구 곳곳에서 이상 고온과 이상 저온 현상이 발생하고 있어요.

---

bụi siêu mịn

미세 먼지

Bụi siêu mịn có ảnh hưởng xấu cho sức khoẻ của con người.

미세 먼지는 사람의 건강에 나쁜 영향을 끼쳐요.

---

cảnh báo thảm hoạ

재난 경보

Cảnh báo thảm hoạ được gửi đến điện thoại của người dân trên toàn quốc hoặc người dân một khu vực nhất định khi xảy ra thiên tai.

재난 경보는 재난 발생 시 전 국민 또는 특정 지역민의 핸드폰으로 전송돼요.

참 tin nhắn thông báo thảm hoạ 재난 문자

---

cơn bão

명
태풍

Các ngư dân đang đánh cá vội vàng trở về cảng do **cơn bão** bất ngờ chuyển hướng.

갑자기 경로가 바뀐 태풍으로 인해 조업 중이던 어부들이 급히 항구로 돌아왔어요.

참 gió mạnh 강풍

cơn sóng thần

쓰나미, 해일

Nhiều quốc gia lân cận đã chịu thiệt hại lớn do **cơn sóng thần** xảy ra ở Ấn Độ Dương vào năm 2004.

2004년 인도양에 발생한 쓰나미로 주변 여러 국가들이 큰 피해를 입었어요.

---

cháy rừng

산불

Nhiều xe cứu hoả của các vùng trên toàn quốc tập hợp để trấn áp **cháy rừng** nghiêm trọng ở tỉnh Gangwon.

강원도에 발생한 심각한 산불을 진압하기 위해 전국 각지의 소방차들이 집결했어요.

---

chất thải ô nhiễm

오염 물질

Các tổ chức xã hội đã kiến nghị Chính phủ trừng phạt nghiêm khắc các công ti không xử lí **chất thải ô nhiễm** môi trường.

시민 단체는 환경 오염 물질을 처리하지 않은 회사를 강력하게 처벌하자고 정부에 건의했어요.

động đất

지진

Người dân cảm thấy bất an do vùng này thường xuyên xảy ra **động đất**.

이 지역은 지진이 자주 발생하여 주민들이 불안감을 많이 느껴요.

---

gió mạnh

폭풍

Gió mạnh đã làm sập nhà kính của các nông dân trồng hoa.

폭풍은 화훼 농가의 비닐하우스들을 무너뜨렸어요.

참 nhà kính 온실, 비닐하우스

hạn hán
명
가뭄

Giá rau củ tăng vọt do hạn hán nghiêm trọng.
극심한 가뭄으로 채솟값이 치솟고 있어요.

khí thải công nghiệp
명
스모그

Trên 10.000 người đã thiệt mạng do khí thải công nghiệp ở Luân Đôn trong năm 1952.
1952년 런던에서 발생한 스모그로 1만 명 이상의 사람들이 사망했어요.

참 khói bụi 매연

khí thải nhà kính
명
온실가스

Công ti vận tải Hà Nội đã chuyển việc sử dụng nhiên liệu sang khí ga thiên nhiên để giảm thiểu khí thải nhà kính.
하노이 버스 회사는 온실가스를 줄이기 위해 연료를 천연가스로 전환했어요.

lũ lụt
명
홍수

Lũ lụt thường xảy ra ở miền Trung của Việt Nam.
홍수는 보통 베트남 중부 지방에서 자주 일어나요.

mưa axit
명
산성비

Ô nhiễm không khí nghiêm trọng là nguyên nhân của hiện tượng mưa axit.
심각한 대기 오염이 산성비의 원인이에요.

참 ô nhiễm không khí 대기 오염(= ô nhiễm khí quyển)

mưa dai dẳng
 명
장마

Mưa dai dẳng suốt cả tuần nên bờ đê bị vỡ.

일주일 내내 내린 장마로 축대가 무너졌어요.

참 mùa mưa 우기

---

mưa đá
명
우박

Cửa kính xe hơi của tôi bị vỡ vì cơn **mưa đá** hôm qua.

어제 내린 우박으로 내 차의 유리창이 깨졌어요.

---

mưa lớn
명
폭우

Trận **mưa lớn** lần này đã gây ra thiệt hại về người và tài sản.

이번 폭우는 인명과 재산에 손해를 일으켰어요.

유 mưa xối xả 호우

---

nạn nhân thiên tai
 명
이재민

Container được cải tạo thành nhà ở tạm thời cho các **nạn nhân thiên tai** bị mất nhà cửa.

집을 잃은 이재민을 위해 컨테이너를 개조하여 임시 주택을 만들었어요.

---

nắng nóng
 명
폭염

Hàng trăm con lợn ở trại chăn nuôi đột tử vì **nắng nóng** kéo dài.

계속되는 폭염으로 축사에 있던 돼지 수백 마리가 폐사됐어요.

núi lửa phun trào

화산 폭발

Núi lửa phun trào ở Đảo Trắng, Niu di-lân khiến hàng chục người bị thương và thiệt mạng.

뉴질랜드 화이트섬의 화산 폭발로 수십 명의 사상자가 발생했어요.

ô nhiễm

오염

Ô nhiễm được phân loại chi tiết thành **ô nhiễm khí quyển, ô nhiễm nguồn nước, ô nhiễm đất, ô nhiễm phóng xạ** v.v.

오염은 대기 오염, 수질 오염, 토양 오염, 방사능 오염 등으로 세분화돼요.

참 **chỉ số chất lượng không khí** 대기질 지수 (AQI)

---

quản lí thiên tai

재난 관리

Chính phủ sửa đổi Luật phòng chống thiên tai để **quản lí thiên tai** hiệu quả.

정부는 효율적인 재난 관리를 위해 재난 예방법(관리법)을 개정했어요.

---

rác thải

폐기물

Nhà máy này đang bị điều tra vì cáo buộc xả **rác thải** công nghiệp trái phép.

이 공장은 불법적으로 산업 폐기물을 투기한 혐의로 조사를 받고 있어요.

유 **phế liệu** 폐기물

---

sản phẩm dùng một lần

일회용품

Nhiều nước cho rằng **sản phẩm dùng một lần** là nguyên nhân chủ yếu phá hoại môi trường.

많은 국가들은 일회용품이 환경 파괴의 주요 원인이라고 생각해요.

sạt lở núi

산사태

Nhiều ngôi nhà dưới chân núi bị sập vì **sạt lở núi**.
산사태로 인하여 산 밑에 있던 가옥 여러 채가 무너졌어요.

sâu bệnh

병충해

Sâu bệnh nghiêm trọng đã làm hỏng vụ lúa năm nay.
심각한 병충해로 올해 벼농사를 망쳤어요.

sét đánh

낙뢰

Cây thông một nghìn năm tuổi ở cổng làng bị gãy làm đôi do **sét đánh**.
마을 입구의 천 년 된 소나무가 낙뢰로 인해 반으로 갈라졌어요.

참 sấm chớp 천둥 번개

sơ tán

대피

Người dân đi **sơ tán** lên vùng đồi cao vì khu vực này có nguy cơ bị lũ lụt.
홍수가 일어날 위험이 있어 주민들이 고지대로 대피했어요.

tài nguyên thiên nhiên

천연자원

Việt Nam là một trong những đất nước có **tài nguyên thiên nhiên** phong phú.
베트남은 천연자원이 풍부한 나라 중 하나예요.

tái sử dụng

재사용

Nhiều quốc gia khuyến cáo sử dụng sản phẩm có thể **tái sử dụng** thay cho sản phẩm dùng một lần để giảm lượng rác thải.

여러 국가들이 쓰레기의 양을 줄이기 위해 일회용품이 아닌 재사용이 가능한 제품 사용을 권장하고 있어요.

thân thiện với môi trường

친환경

Gần đây sự quan tâm của mọi người dành cho các sản phẩm **thân thiện với môi trường** ngày càng tăng.

요즘 친환경 제품들에 대한 사람들의 관심이 날이 갈수록 높아지고 있어요.

thiệt hại do thời tiết lạnh

냉해

Nhiều nông dân của các vườn cây ăn trái đang gặp khó khăn từ **thiệt hại do thời tiết lạnh**.

심각한 냉해로 과수원의 많은 농민들이 어려움을 겪고 있어요.

thuỷ triều đỏ

적조

Thuỷ triều đỏ là hiện tượng nước biển, nước sông chuyển thành màu đỏ do sự gia tăng bất thường tảo biển.

적조는 플랑크톤의 이상 증식으로 바다, 강물이 붉게 되는 현상이에요.

참 hiện tượng tảo nở hoa 녹조 현상

tin bão khẩn cấp

태풍 특보

A Cậu đã xem **tin bão khẩn cấp** sáng nay chưa?
오늘 오전에 태풍 특보 봤어?

B Tớ xem rồi. Ngày mai có bão số 9 đấy.
응, 봤어. 내일 9호 태풍이 온대.

trái đất nóng lên

명

지구 온난화

Nhiều quốc gia đã kí kết hiệp ước quốc tế để giải quyết vấn đề **trái đất nóng lên**.

지구 온난화 문제를 해결하기 위해 많은 나라들이 국제 협약을 체결했어요.

tuyết lở

명

눈사태

Nhiều người leo núi mất tích do **tuyết lở** ở Himalaya.

히말라야에서 눈사태로 많은 산악인들이 실종됐어요.

tuyệt chủng

동

멸종하다

Chim Moa thuộc loài chim khổng lồ từng cư trú tại Niu di-lân đã **tuyệt chủng** do nạn săn bắt bừa bãi.

뉴질랜드에 서식했던 대형 조류인 모아는 무분별한 사냥으로 멸종했어요.

vật dụng cứu trợ

명

구호 물품

Hội Chữ thập đỏ đã gửi **vật dụng cứu trợ** cho các quốc gia ở Ấn Độ Dương sau đợt sóng thần năm ngoái.

적십자사는 작년 쓰나미 후에 인도양의 여러 나라에 구호 물품을 보냈어요.

vùng thảm hoạ

명

재해 지역

Tổng thống tuyên bố thành phố chịu thiệt hại ngập lụt nghiêm trọng là **vùng thảm hoạ** đặc biệt.

대통령은 심각한 침수 피해를 입은 도시를 특별 재해 지역으로 선포했어요.

1 다음 단어와 설명을 연결하세요.

(1) bão tuyết •

• ① Hiện tượng mưa rơi dưới dạng hạt hoặc cục với kích thước khác nhau.

(2) động đất •

• ② Hiện tượng các đợt sóng lớn di chuyển nhanh với quy mô lớn ở đại dương.

(3) sóng thần •

• ③ Hiện tượng tuyết rơi nhiều, thường kết hợp với gió mạnh và làm trôi tuyết.

(4) sạt lở núi •

• ④ Hiện tượng mặt đất rung chuyển và tạo ra sóng địa chấn.

(5) mưa đá •

• ⑤ Hiện tượng đất, đá trên núi rơi xuống theo từng khối lớn.

2 다음 빈칸에 알맞은 말을 아래에서 골라 쓰세요.

> bảo tồn   cháy rừng   tuyệt chủng   khói bụi   ô nhiễm nguồn nước

(1) Trên đường phố Hà Nội có nhiều _____ do ô tô, xe máy thải ra.

(2) Một số loại động vật quý hiếm đã bị _____ ở Việt Nam.

(3) Nếu không có giải pháp _____ phù hợp thì nhiều di tích lịch sử ở Huế sẽ bị xuống cấp nghiêm trọng.

(4) Ô nhiễm không khí và _____ là hai loại ô nhiễm có thể gây nguy hiểm cho sự sống của con người.

(5) Vì nắng nóng kéo dài nên một số khu vực ở phía Bắc đã bị _____.

VIII 휴가·
여가 활동

Kì nghỉ·Hoạt động giải trí

1 휴가·여행 Kì nghỉ·Du lịch
2 음악·영화·미술 Âm nhạc·Điện ảnh·Mĩ thuật
3 축제·공연 예술 Lễ hội·Biểu diễn nghệ thuật
4 운동·취미 활동 Thể thao·Hoạt động sở thích

MP3 **08-01**

---

bao gồm

(동)

포함하다, 구성되다

Giá món ăn đã **bao gồm** 10% thuế giá trị gia tăng.

음식 가격에는 10% 부가 가치세가 포함되었어요.

참 thuế giá trị gia tăng 부가 가치세

(bị) sạm mặt

(동)

햇볕에 그을리다

Vì không bôi kem chống nắng nên cô ấy **bị sạm mặt**.

그녀는 선크림을 안 발라서 햇볕에 그을리게 되었어요.

유 rám nắng 햇볕에 그을린
참 kem chống nắng 선크림

---

cắm trại

(동)

야영하다, 캠핑하다

Thứ bảy này chúng ta đi **cắm trại** ở Vũng Tàu nhé?

이번 토요일에 우리 붕따우에 캠핑하러 갈까?

---

cẩm nang du lịch

(명)

관광 안내 책자

Tôi luôn đọc **cẩm nang du lịch** trước khi đi du lịch nước ngoài.

나는 다른 나라에 가기 전에 항상 관광 안내 책자를 미리 읽어요.

참 cẩm nang 어려움을 해결해 줄 비책이 담긴 책이나 수첩

---

công ti du lịch

(명)

여행사

Công ti du lịch đó nằm ở chợ Bến Thành.

그 여행사는 벤타잉 시장에 있어요.

---

du khách
명
여행객, 관광객

Cảnh núi Phan Xi Păng đã giữ chân nhiều **du khách.**

판씨빵산 풍경에 많은 관광객들이 떠날 줄 몰랐어요.

 khách du lịch 관광객

---

du lịch sinh thái
명
생태 관광

Tràng An là khu **du lịch sinh thái** nổi tiếng ở miền Bắc.

짱안은 북부의 유명한 생태 관광 지역이에요.

đi du lịch
동
여행을 가다

Bố mẹ thường **đi du lịch** mỗi năm hai lần.

부모님은 보통 1년에 2번 정도 여행을 가세요.

địa điểm du lịch
명
여행지, 관광지

Busan là **địa điểm du lịch** nổi tiếng ở Hàn Quốc.

부산은 한국의 유명한 관광지예요.

 nơi du lịch 관광지

---

gửi hành lí
동
수하물을 부치다

Bạn **gửi hành lí** xong hết chưa?

너는 수하물을 모두 부쳤니?

hải quan
명
세관

Bạn có đồ vật cần phải khai báo hải quan không?
당신은 세관에 신고할 물건이 있습니까?

참 khai báo 신고하다

---

hành lí kí gửi
명
짐, 수하물

Nếu quá hạn mức hành lí kí gửi cho phép thì sẽ phải trả thêm phí.
위탁 수하물 허용 무게를 초과하면 추가 요금을 내야 해요.

---

hỏi
동
알아보다, 문의하다

Tôi phải gọi điện để hỏi về chi phí bảo hiểm.
전화를 해서 보험 비용에 대해 문의해야 해요.

유 tìm hiểu 알아보다, 조사하다

---

hộ chiếu
명
여권

Mình đã đổi hộ chiếu mới do hộ chiếu cũ hết hạn.
나는 기존 여권이 만료돼서 새로운 여권을 발급받았어요.

참 nơi cấp hộ chiếu 여권 발급처

---

huỷ
동
취소하다

Bạn ấy huỷ cuộc hẹn ngày mai vì bão tuyết.
그 친구는 폭설로 내일 약속을 취소했어요.

ngày nghỉ

명

휴일, 쉬는 날

Vào **ngày nghỉ** gia đình tôi thường đi ra ngoài chơi.

휴일에 나의 가족은 보통 야외로 나가요.

참 nghỉ hè 여름 휴가, 여름 방학 | nghỉ dưỡng 휴양하다

---

người nước ngoài

명

외국인

Người nước ngoài có thể mua nhà chung cư ở Việt Nam.

외국인도 베트남에서 아파트를 매입할 수 있어요.

참 kiều bào 교포

---

nghỉ ngơi

동

쉬다, 휴식하다

Bạn nên **nghỉ ngơi** một thời gian sau khi viết xong luận văn.

너는 논문을 끝낸 후에 한동안 휴식할 필요가 있어.

유 nghỉ 쉬다

---

nhân viên lễ tân

명

리셉션 직원

Nhân viên lễ tân ở khách sạn này nói tiếng Anh rất tốt.

이 호텔의 리셉션 직원은 영어를 아주 유창하게 해요.

유 nhân viên tiếp tân 리셉션 직원
참 lễ tân 리셉션, 프론트

ở lại

동

있다, 머물다

Tôi thường *ở lại* nhà bạn mỗi khi đến Đà Nẵng.

나는 보통 다낭에 갈 때마다 친구 집에 머물러요.

유 lưu trú 체재하다

quá cảnh
동
경유하다

Tôi đã đổi sang máy bay khác ở sân bay **quá cảnh**.

나는 경유지에서 비행기를 갈아탔어요.

[참] sân bay quá cảnh 경유지(환승 공항) | nơi ghé qua 경유지

quầy hướng dẫn du lịch
명
(대도시의) 관광 안내소

Bạn có thể dễ dàng tìm thấy **quầy hướng dẫn du lịch** khi đến phố Insadong.

네가 인사동 거리에 도착하면 관광 안내소를 쉽게 찾을 수 있을 거야.

tham quan
동
관광하다, 참관하다

Tôi đã lập kế hoạch sẽ **tham quan** những nơi nào trước khi đi Hà Nội.

하노이에 가기 전에 나는 어디를 관광할지 계획을 세웠어요.

[유] du lịch 여행하다, 관광하다
[참] điểm tham quan 관광지

va li
명
트렁크

Tôi vừa mua **va li** khá rẻ trên mạng.

나는 방금 인터넷으로 트렁크를 저렴하게 구매했어요.

xác nhận
동
(예약을) 확정하다, 공고히 하다

Mình đã nhận được email **xác nhận** đặt vé máy bay.

나는 항공권 예약 확정 메일을 받았어요.

1 다음 단어와 설명을 연결하세요.

(1) hộ chiếu •

(2) cẩm nang du lịch •

(3) cắm trại •

(4) công ti du lịch •

(5) quầy hướng dẫn du lịch •

• ① Nơi hướng dẫn cho du khách ở các địa điểm du lịch.

• ② Giấy tờ cần thiết để đi nước ngoài.

• ③ Hoạt động ngoài trời cùng gia đình hoặc bạn bè.

• ④ Quyển sổ nhỏ ghi các thông tin về địa điểm du lịch.

• ⑤ Nơi tổ chức hoặc bán các tua du lịch.

2 다음 대답에 대한 알맞은 질문을 쓰세요.

(1) **A** _____?

B Tôi hay mua vé máy bay trên mạng.

(2) **A** _____?

B Tôi đã đặt vé cách đây một tháng rồi.

(3) **A** _____?

B Sinh viên Hàn Quốc có 2 kì nghỉ trong một năm.

(4) **A** _____?

B Tôi thích nhất là đi du lịch biển.

3 다음에서 같은 종류의 단어가 <u>아닌</u> 것을 고르세요.

(1) ① khách sạn ② nhà khách ③ nhà nghỉ ④ lưu trú

(2) ① du khách ② hải quan ③ ngày nghỉ ④ quá cảnh

bài hát
🅜
노래

Đây là **bài hát** có lượt xem nhiều nhất trong tháng này.
이것은 이번 달에 가장 많은 조회 수를 기록한 노래예요.

---

bảo tàng mĩ thuật
🅜
미술관

Bảo tàng Mĩ thuật quốc gia tổ chức buổi triển lãm về tranh thêu Đà Lạt.
국립 미술관에서 달랏 자수화에 관한 전시회를 열어요.

참 bảo tàng 박물관, 보관하다 ➡ p.174

---

buổi hoà nhạc
🅜
콘서트

Bạn có đến **buổi hoà nhạc** của Sơn Tùng lần này không?
너는 이번 썬 뚱 콘서트에 갈 거야?

🔍 유명한 아이돌이나 가수의 단독 콘서트 같은 경우 live show 또는 show diễn, 영어 그대로 concert라는 표현을 사용해요.

---

buổi triển lãm
🅜
전시회

Hôm qua tôi đi **buổi triển lãm** tranh của các hoạ sĩ Việt Nam.
어제 나는 베트남 화가들의 회화 전시회를 다녀왔어요.

참 bán đấu giá 경매하다

---

dàn hợp xướng
🅜
합창단

Dàn hợp xướng nhà hát thành phố Hà Nội sẽ đi lưu diễn tại Hàn Quốc vào tháng tới.
하노이 시립 합창단이 오는 달에 한국으로 순회 공연을 갈 예정이에요.

유 dàn đồng ca 합창단

đá hoa cương

명

대리석

Thiền Viện Trúc Lâm Tây Thiên ở Vĩnh Phúc có tượng Phật bằng **đá hoa cương** cao nhất ở Đông Nam Á.

빙푹의 떠이티엔 죽림 사원에는 동남아에서 가장 높은 석조 부처상이 있어요.

참 **khắc** 파다, 조각하다

đàn piano

명

피아노

Đó là cây **đàn piano** đắt nhất trên thế giới.

그 피아노는 세계에서 제일 비싼 피아노예요.

유 **đàn dương cầm** 피아노

🔍 예전에는 pi-a-nô라고 썼으나 규정이 바뀌면서 영어 철자 그대로 piano로 써요.

đàn vi-ô-lông

명

바이올린

Mục tiêu của cô ấy là trở thành nghệ sĩ chơi **đàn vi-ô-lông** nổi tiếng trong 5 năm tới.

그녀의 목표는 5년 후에 유명한 바이올린 연주자가 되는 것이에요.

đạo diễn

명 연출자, 제작자
동 연출하다

Ông ấy đảm nhận vai trò **đạo diễn** của vở nhạc kịch đó.

그가 그 뮤지컬의 연출을 담당하고 있어요.

---

hát

동

노래하다

Cô ấy luôn **hát** bằng một giọng **hát** truyền cảm.

그녀는 항상 감미로운 목소리로 노래해요.

참 **truyền cảm** 감미로운

hoan hô

환호하다

Khán giả đồng loạt vỗ tay **hoan hô** khi vở kịch kết thúc.

연극이 끝나자 관객들이 박수를 치며 환호했어요.

---

hội hoạ
명
회화

Một cuộc triển lãm **hội hoạ** độc đáo của các hoạ sĩ trẻ đã diễn ra tại Đại học Mĩ thuật Hà Nội.

젊은 화가들의 독특한 회화전이 하노이 미술 대학교에서 진행되었어요.

참 cuộc triển lãm 전시회

---

khán giả
명
관객

Vở kịch mới của đạo diễn được **khán giả** đánh giá tốt.

그 연출가의 새 연극은 관객들의 호평을 받았어요.

참 đánh giá tốt 호평하다 | bị phê bình 비평하다

---

lồng tiếng
동
더빙하다

Bộ phim hoạt hình đó được nhiều diễn viên nổi tiếng **lồng tiếng**.

그 만화 영화는 많은 유명한 배우들의 목소리로 더빙되었어요.

---

lời bài hát
명
(노래) 가사, 말

Lời bài hát này rất cảm động.

이 노래 가사는 정말 감동적이에요.

màu sắc
명
색깔

Bạn ấy thường mặc áo có **màu sắc** sặc sỡ.
그 친구는 보통 화려한 색깔의 옷을 입고 다녀요.

---

mĩ thuật
명
미술

Tôi đang tìm hiểu về **mĩ thuật** cận đại Việt Nam.
나는 베트남 근대 미술에 대해 알아보고 있어요.

---

nghệ thuật
명
예술

Nhà văn Nam Cao đã từng nói rằng **nghệ thuật** là ánh trăng lừa dối.
문학 작가 남 까오는 예술을 '거짓말의 달빛'이라고 했어요.

🔍 Nam Cao(1915~1951)는 베트남의 현실 비판주의 작가로 "Chí Phèo(찌 페오)"라는 작품으로 유명해요.

---

nhạc cụ
명
악기

Anh ấy có thể chơi nhiều loại **nhạc cụ** đa dạng.
그는 다양한 악기를 연주할 수 있어요.

---

nhảy
동
춤추다

Cô ấy thường vừa nghe nhạc Hip hop vừa **nhảy** để giảm căng thẳng.
그녀는 스트레스를 풀기 위해 보통 힙합 음악을 들으면서 춤을 춰요.

유 múa 춤추다
참 giảm căng thẳng 스트레스를 풀다

phim hoạt hình

만화 영화, 애니메이션

Phim hoạt hình yêu thích của bạn là gì?
좋아하는 만화 영화가 뭐예요?

---

tác phẩm

작품

Đó là **tác phẩm** văn học cuối cùng của tác giả đó.
그것은 그 작가의 마지막 문학 작품이었어요.

[참] tác phẩm điêu khắc 조각품

---

thời gian trình chiếu

상영 시간

Anh ấy đã ngủ trong rạp suốt **thời gian trình chiếu** của bộ phim.
그는 영화 상영 시간 내내 영화관에서 잠들어 있었어요.

---

thu thập

수집하다

Giáo sư đang **thu thập** các tài liệu về văn học Việt Nam.
교수님이 베트남 문학에 관한 자료를 수집하고 계세요.

[유] sưu tập 수집하다

---

tranh chân dung

초상화

Cô ấy tham gia câu lạc bộ vẽ **tranh chân dung** vào mỗi sáng chủ nhật.
그녀는 매주 일요일 오전에 초상화를 그리는 동아리에 참여하고 있어요.

[참] tranh trừu tượng 추상화

tranh khắc gỗ
명
목판화

Tranh Đông Hồ là **tranh khắc gỗ** truyền thống của Việt Nam.

동 호 그림은 베트남의 전통 목판화예요.

---

tranh sơn dầu
명
유화

Chiều thứ bảy hàng tuần, anh ấy thường đi học lớp vẽ **tranh sơn dầu**.

그는 매주 토요일 오후에 유화 그리는 수업에 가요.

반 tranh vẽ màu nước 수채화

---

trừu tượng
형
추상적인

Bức tranh này quá **trừu tượng** nên tôi không thể hiểu được.

이 그림이 너무 추상적이라 이해할 수 없어요.

반 mang tính lí tưởng 이상적인
참 mang tính tiên phong 전위적인

---

vai diễn
명
역할, 배역

Cô ấy đã có một **vai diễn** ấn tượng trong bộ phim truyền hình đó.

그녀는 그 드라마에서 매우 인상적인 배역을 연기했어요.

---

vẽ
동
그리다, 스케치하다

Cô ấy đang **vẽ** bông hoa bằng bút chì.

그녀는 꽃을 연필로 스케치하고 있어요.

1 다음 단어와 설명을 연결하세요.

(1) nhạc sĩ   •

(2) phim hoạt hình   •

(3) dàn hợp xướng   •

(4) nhảy   •

•   ① Loại hình thanh nhạc gồm nhiều người cùng tham gia biểu diễn.

•   ② Người sáng tác nhạc và lời cho các bài hát.

•   ③ Loại phim sử dụng nhiều hình ảnh được trình chiếu liên tục.

•   ④ Hoạt động dùng tay và chân để biểu diễn.

2 다음 괄호 안의 표현 중 알맞은 것 골라 문장을 완성하세요.

(1) (Đàn piano / Đàn vi-ô-lông) còn có tên gọi khác là đàn dương cầm.

(2) Tranh sử dụng bột màu trong môi trường dầu khô để vẽ được gọi là (tranh khắc gỗ / tranh sơn dầu).

(3) Cô ấy đã (thu thập / vẽ) rất nhiều tài liệu về công ti ấy.

(4) Họ thường sử dụng (nhạc sĩ / nhạc cụ) truyền thống để biểu diễn trên sân khấu.

3 다음 빈칸에 알맞은 단어를 아래에서 골라 쓰세요.

màu sắc	vai diễn	lồng tiếng	lời bài hát

(1) Tôi rất ấn tượng với _____ của bức tranh này.

(2) Vì quá run nên cô ấy đã quên cả nhạc và _____.

(3) Ở Việt Nam, việc _____ cho các bộ phim truyền hình chưa phổ biến lắm.

(4) Tuy anh ấy mới hai mươi tuổi nhưng đã có một _____ quá xuất sắc trong một bộ phim nước ngoài.

bán hết
동
매진하다, 매진되다

Vé kịch "Thị Nở và Chí Phèo" đã **bán hết** rồi ạ.

"티 너와 찌 페오" 연극 표가 매진되었어요.

참 hết 끝나다, 다 사용하다

---

bữa tiệc
명
연회, 파티

Gia đình anh ấy được mời đến **bữa tiệc** liên hoan cuối năm của công ti.

그의 가족은 회사 연말 연회에 초대를 받았어요.

Ca trù
명
까 쭈

Ca trù trở thành di sản văn hoá phi vật thể cần được bảo vệ khẩn cấp của UNESCO từ năm 2009.

까 쭈는 2009년부터 유네스코 긴급 보호 무형 문화재가 되었어요.

참 di sản văn hoá phi vật thể 무형 문화재

🔍 Ca trù는 베트남 북부에서 주로 연행되며, 베트남 전통 시를 가사로 만들어 노래로 부르는 예술 장르예요.

---

ca vũ kịch
명
뮤지컬

"Bóng ma trong nhà hát" là vở **ca vũ kịch** thành công nhất mọi thời đại.

"오페라의 유령"은 역대 가장 성공한 뮤지컬이에요.

유 nhạc kịch 뮤지컬

Cải lương
명
까이 르엉 (개량극)

Cải lương là hình thức sân khấu giống với kịch Changgeuk truyền thống của Hàn Quốc.

까이 르엉은 한국의 전통 창극과 유사한 무대 형식을 지녔어요.

참 sân khấu 무대

🔍 베트남 남부에서 기원한 악극이에요. 베트남의 민속 음악에 근대 서양 음악이 가미된 예술 장르로, 베트남 무형 문화유산이에요.

dân ca

민요

"Bèo dạt mây trôi" là bài **dân ca** được cả người Việt lẫn người nước ngoài vô cùng yêu thích.

"구름처럼 흩어진 부평초"는 베트남인과 외국인이 가장 사랑하는 민요예요.

đêm giao thừa

섣달그믐

Tục xông đất sau **đêm giao thừa** vẫn được xem trọng tại Việt Nam.

섣달그믐 이후에 하는 쏭 덧 관습은 베트남에서 여전히 중시돼요.

🔗 **bàn thờ** 제사를 지내는 상

🔍 베트남 사람들은 새해 첫 날을 한 해의 복을 결정하는 중요한 날로 여겨서 덕망 있는 사람을 초대해 그믐날 자정 12시에 자신의 집에 들어오게 하는데 이를 xông đất이라고 해요.

Giáng sinh

크리스마스

Năm nay, có tuyết rơi vào dịp **Giáng sinh** không?

올해 크리스마스에는 눈이 내릴까?

🔗 **Nô-en** 크리스마스

---

hát bội

핫 보이

Đào Duy Từ là người đặt nền móng cho nghệ thuật **hát bội** của Việt Nam.

다오 주이 뜨는 베트남 핫 보이 예술에 기반을 세운 사람이에요.

🔍 14세기에 출현한 베트남 전통 가극으로 hát tuồng이라고도 불리며, 베트남의 전통 가무와 중국의 가극이 결합된 무대 예술이에요.

---

hát xoan

쏘안 가창

Hát xoan là thể loại dân ca của vùng Phú Thọ.

쏘안 가창은 푸토성의 민요 장르예요.

🔗 **thể loại** 장르

🔍 hát xoan은 베트남 북부 빙푹성의 전통문화로 우스갯소리와 함께 사회 비판, 풍자가 담긴 노래를 부르는 것을 말해요.

kịch

연극

"Bí mật vườn Lệ Chi" là vở **kịch** được xây dựng trên sự kiện có thật trong lịch sử Việt Nam.

"레 찌 정원의 비밀"은 베트남 역사의 사실을 바탕으로 각색된 연극이에요.

🔍 xây dựng은 '건설하다'가 아닌 '연극 대본을 만들다', '각색/구성하다'의 의미로 사용되기도 해요.

---

không gian văn hoá cồng chiêng

공 (악기) 문화

Không gian văn hoá cồng chiêng tượng trưng cho sức mạnh thiêng liêng của dân tộc thiểu số.

공 (악기) 문화는 소수 민족의 신성한 힘을 상징해요.

---

lời mời

초대, 권유

Tôi vừa nhận được **lời mời** dự tiệc cưới của bạn thân.

나는 방금 친한 친구의 결혼식 초대를 받았어요.

📑 thiệp mời 초대장

---

mộc bản triều Nguyễn

응웬 왕조 목판

Mộc bản triều Nguyễn là tài liệu đặc biệt quý hiếm trong thời kì phong kiến.

응웬 왕조 목판은 봉건 시대 목판의 희귀성을 지니고 있어요.

---

múa lân sư rồng

런-쓰-종 춤

Múa lân sư rồng thường được biểu diễn trong Lễ hội Đền Hùng hàng năm.

런-쓰-종 춤은 보통 매년 훙(왕) 사당 축제에서 공연돼요.

🔍 lân은 kì lân(해치, 유니콘), sư는 sư tử(사자), rồng은 용인데, 해치-사자-용 춤을 같이 하는 경우는 큰 축제이고 소규모 축제에서는 해치 춤, 사자 춤을 공연하고 용 춤은 잘 공연하지 않아요.

múa rối nước

수상 인형극

Múa rối nước xuất hiện từ thế kỉ 11 và là một trong những môn nghệ thuật sân khấu lâu đời nhất Việt Nam.

수상 인형극은 11세기부터 출현하였고 베트남의 가장 오래된 무대 예술 중 하나예요.

참 nghệ thuật sân khấu 무대 예술

---

ngày hội Carnival

카니발

Lễ diễu hành trong **ngày hội Carnival** ở Brazil thực sự hoành tráng và náo nhiệt.

브라질 카니발 축제의 퍼레이드는 정말 화려하고 활기차요.

---

ngày kỉ niệm

기념일

Hôm nay là **ngày kỉ niệm** 20 năm kết hôn của bố mẹ.

오늘은 부모님의 결혼 20주년 기념일이에요.

참 kỉ niệm 기념, 추억 | đồ lưu niệm 기념품

---

ngày Lễ Phục sinh

부활절

Hôm nay, con gái tô màu trứng gà nhân **ngày Lễ Phục Sinh** ở trường rồi đem về tặng cho tôi.

내 딸이 학교에서 부활절 달걀을 색칠해서 가져와 나에게 선물했어요.

---

nghi lễ

식, 의례, 예식

Nghi lễ chào cờ được tiến hành một cách rất nghiêm trang.

국기 게양식은 매우 엄숙히 거행되었어요.

Nhã nhạc cung đình

 명

궁중 음악

Nhã nhạc cung đình phát triển và nổi tiếng nhất là **nhã nhạc cung đình** Huế.

가장 발전되고 유명한 궁중 음악은 후에 궁중 음악이에요.

---

nhạc kịch thính phòng

명

오페라

"Turandot" là một vở **nhạc kịch thính phòng** nổi tiếng trên thế giới.

"투란도트"는 세계적으로 유명한 오페라예요.

🈴 nhạc opera 오페라

---

pháo hoa

명

불꽃놀이

Các bạn ơi, chúng ta đi ra bờ biển xem bắn **pháo hoa** nhé!

얘들아, 우리 해변으로 불꽃놀이 보러 가자!

---

rượu chúc mừng

명

축배

Mọi người cùng nâng ly **rượu chúc mừng** cô dâu chú rể.

모두 함께 신랑 신부를 위한 축배를 들었어요.

 nâng ly 잔을 들다

---

sự kiện

명

행사, 이벤트

Sự kiện ra mắt sản phẩm mới ở trung tâm mua sắm đã thu hút sự quan tâm của nhiều khách hàng.

쇼핑센터의 신제품 출시 행사가 많은 고객의 관심을 끌었어요.

 khách hàng 손님, 고객 ➡ p.169

---

tết Dương lịch
명
1월 1일, 신정

Hàn Quốc và Việt Nam đều được nghỉ vào ngày **tết Dương lịch**.
한국과 베트남 모두 신정에 쉬어요.

---

tết Đoan ngọ
명
단옷날

Người Việt Nam thường ăn cơm rượu trong ngày **tết Đoan ngọ**.
베트남 사람은 보통 단옷날 정오에 껌 즈어우를 먹어요.

🔍 cơm rượu는 찹쌀로 만든 발효 음식으로 베트남에서는 단옷날 cơm rượu를 꼭 먹습니다.

---

tết Nguyên đán
명
설, 음력 1월 1일

Ở miền Bắc Việt Nam **tết Nguyên đán** giống như kì nghỉ đông cho học sinh, sinh viên.
베트남 북부에서는 설날이 학생의 겨울 방학과 같아요.

🈩 tết Âm lịch 설, 음력 1월 1일
🔍 베트남 남부에서는 겨울 방학이라는 표현을 쓰지 않아요.

---

tết Trung thu
명
추석

Tết Trung thu ở Việt Nam là tết thiếu nhi.
베트남의 추석은 어린이날이에요.

🈯 tết thiếu nhi 어린이날
🔍 베트남에서는 농사에 바빠 잘 돌보지 못하던 아이들을 위해 tết Trung thu에 잔치를 열어 줬어요. 호찌민 주석이 1947년 tết Trung thu에 아이들을 위해 편지를 보낸 이후부터 이날을 어린이날로 기념하고 있어요.

---

tổ chức
동
개최하다

Lễ hội pháo hoa quốc tế sẽ được **tổ chức** tại Đà Nẵng vào năm tới.
국제 불꽃 축제가 내년에 다낭에서 개최될 거예요.

1 다음 베트남 기념일과 날짜를 연결하세요.

(1) Tết Dương lịch •
(2) Tết Nguyên đán •
(3) Tết Trung thu •
(4) Tết Đoan ngọ •
(5) Đêm giao thừa •

• ① Mồng 1 tháng 1 dương lịch
• ② 15 tháng 8 âm lịch
• ③ 30 tháng 12 âm lịch
• ④ Mồng 1 tháng 1 âm lịch
• ⑤ Mồng 5 tháng 5 âm lịch

2 다음 빈칸에 알맞은 단어를 아래에서 골라 쓰세요.

sự kiện	ngày kỉ niệm	lời mời	bán hết

(1) Vé xem phim 'Mắt biếc' đã _____ trong vòng 1 tuần.

(2) Ngày 30/4 là _____ hai miền Việt Nam thống nhất.

(3) Vì có nhiều bài tập nên tôi đã từ chối _____ đi xem phim của cô ấy.

(4) Cứ vào tháng 3 hàng năm là trường tôi tổ chức nhiều _____ cho sinh viên.

3 다음 글이 설명하는 것으로 알맞은 것을 고르세요.

Đây là một thể loại nhạc thời phong kiến, được biểu diễn vào các dịp lễ hội quan trọng trong năm của triều đại nhà Nguyễn của Việt Nam. Loại hình nghệ thuật này rất nổi tiếng ở Huế và đã được UNESCO công nhận là kiệt tác truyền khẩu và phi vật thể nhân loại vào năm 2003.

① Hát xoan
② Hát bội
③ Cải lương
④ Ca trù
⑤ Nhã nhạc cung đình

---

bóng chày
명
야구

Tôi là cổ động viên bóng chày của đội tuyển Doosan.

나는 두산 야구팀의 팬이에요.

참 cổ động viên (스포츠, 연예인 등의) 팬(=fan hâm mộ)

---

bóng chuyền
명
배구

Tôi đã trở thành vận động viên bóng chuyền từ cấp 2.

나는 중학교때부터 배구 선수가 되었어요.

참 bóng bàn 탁구

---

bóng đá
명
축구

Bóng đá là môn thể thao được yêu thích nhất tại Việt Nam.

축구는 베트남에서 가장 사랑받는 스포츠예요.

참 bóng bay 풍선

---

bóng ném
명
핸드볼

Bóng ném vẫn chưa được phổ biến rộng rãi ở Việt Nam.

핸드볼은 베트남에 아직 널리 알려져 있지 않아요.

참 bóng ném bãi biển 비치 발리볼

---

bóng rổ
명
농구

Michael Jordan được xem là huyền thoại của những huyền thoại bóng rổ thế giới.

마이클 조던은 세계 농구(계)에서 전설들 중의 전설이라고 불려요.

bơi
(동)
수영하다

Mùa hè là mùa có thời tiết thích hợp để đi **bơi**.
여름은 수영하기에 딱 좋은 날씨예요.
참 bể bơi 수영장

câu cá
(동)
낚시하다

Bố tôi rất thích đi **câu cá** ở sông Sài Gòn vào cuối tuần.
아빠는 주말에 사이공강에 낚시하러 가는 것을 매우 좋아해요.

cổ vũ
(동)
응원하다, 용기를 북돋다

Mọi người **cổ vũ** cho các vận động viên rất cuồng nhiệt.
다들 운동선수들을 매우 열정적으로 응원해요.

cờ người
(명)
인간 장기 놀이

Trong môn **cờ người**, con người đóng vai quân cờ.
인간 장기 놀이는 사람이 장기 말의 역할을 해요.
참 quân cờ 장기 말

cờ vua
(명)
체스

Trận thi đấu **cờ vua** đang diễn ra rất gay cấn.
체스 경기가 아주 흥미진진하게 진행되고 있어요.
참 cờ vây 바둑 | cờ tướng 장기

cuộc thi chạy
명
달리기, 경주

Anh ấy vừa giành huy chương vàng trong **cuộc thi chạy** marathon.

그는 마라톤 경주 대회에서 금메달을 땄어요.

참 huy chương vàng 금메달

---

chạy bộ
명
조깅

Anh ấy nghĩ là việc **chạy bộ** có vẻ rất hợp với anh ấy.

그의 생각에 조깅이 그에게 딱 맞는 것 같아요.

---

chiến thắng
명 **동**
승리(하다)

Đội tuyển bóng đá đó đã **chiến thắng** trong trận chung kết.

그 축구팀이 결승전에서 승리했어요.

참 thất bại 패배하다

---

dưới nước
명
물속, 수상

Anh ấy rất thích các môn thể thao **dưới nước**.

그는 각종 수상 스포츠를 매우 좋아해요.

đan
동
뜨개질하다

Bà ngoại tự tay **đan** áo mùa đông tặng cho chúng tôi.

외할머니가 겨울옷을 직접 뜨개질해서 우리에게 선물해 주셨어요.

참 thêu 수를 놓다

đánh đu
명
그네 타기

Đánh đu là trò chơi truyền thống mang tính biểu tượng của Hội Lim ở Bắc Ninh.
그네 타기는 박닝의 림 축제에서 상징성을 갖는 전통 놀이예요.

참 xích đu 그네

đấu vật
명
씨름

Môn **đấu vật** là trò chơi không thể thiếu trong các lễ hội truyền thống của Việt Nam.
씨름은 베트남의 전통 축제에서 빠질 수 없는 놀이예요.

참 trò chơi 놀이

đội
명
팀, 조

Thành tích của **đội** bóng đá đó trong giải đấu này rất tốt.
이번 대회에서 그 축구 팀의 성적이 매우 좋았어요.

đua xe đạp
명
사이클

Các vận động viên **đua xe đạp** đang bước vào thời kì huấn luyện tập trung.
사이클 선수들이 집중 훈련 시기에 접어들었어요.

---

giải vô địch
명
선수권 대회

Việt Nam đã giành giải quán quân trong **Giải vô địch** bóng đá Đông Nam Á vừa qua.
베트남 대표 축구팀은 지난 동남아시아 축구 선수권 대회에서 챔피언이 되었어요.

gôn
명
골프

Khách du lịch đến Việt Nam để đánh **gôn** kết hợp nghỉ dưỡng ngày càng tăng.

골프와 휴식을 즐기기 위해 베트남에 오는 여행객들이 날이 갈수록 늘고 있어요.

---

hoạt động giải trí
명
여가 활동

Bạn thường tham gia **hoạt động giải trí** nào vào cuối tuần?

너는 보통 주말에 어떤 여가 활동을 해?

참 **hoạt động sở thích** 취미 활동

---

huấn luyện
동
훈련하다, 연습하다

Vận động viên đó sẽ đi **huấn luyện** tại nước ngoài trong 6 tháng.

그 선수는 6개월 동안 해외에서 훈련할 거예요.

유 **tập huấn** 훈련하다, 연습하다

🔍 운동선수들이 훈련하는 경우를 표현할 때는 **tập huấn**을 사용하기도 해요.

---

huy chương
명
메달

Mục tiêu của cô ấy là giành **huy chương** Olympic mùa hè lần này.

그녀의 목표는 이번 여름 올림픽에서 메달을 따는 것이에요.

---

kéo co
명
줄다리기

Môn **kéo co** của vùng Bắc Bộ Việt Nam vừa mang tính tâm linh vừa chứa đựng nét văn hoá độc đáo.

베트남 북부의 줄다리기는 영적인 성격과 독자적인 문화를 지니고 있어요.

kỉ lục
명
기록

Các vận động viên Mĩ hiện đang giữ nhiều **kỉ lục** bơi lội nhất thế giới.

미국 선수들이 현재 수영 세계 기록을 제일 많이 보유하고 있어요.

làm đồ gỗ thủ công
명
(취미로 하는) 공작, 목공일

Anh ấy có sở thích **làm đồ gỗ thủ công** vào mỗi chủ nhật.

그는 매주 일요일마다 목공일을 하는 취미가 있어요.

nhà vô địch
명
챔피언

Việt Nam đã trở thành **nhà vô địch** mới của giải bóng đá AFF.

베트남 축구팀은 AFF의 새로운 챔피언이 되었어요.

유 quán quân 챔피언

quần vợt
명
테니스

Mùa giải **quần vợt** Wimbledon bắt đầu vào mùa hè hàng năm.

윔블던 테니스 시즌은 매해 초여름에 시작해요.

유 ten nít 테니스

sân vận động
명
스타디움, 경기장

Sân vận động lớn nhất thế giới nằm ở Bắc Triều Tiên.

세계에서 가장 큰 운동장이 북한에 위치하고 있어요.

🔎 'sân + 스포츠명'은 스포츠를 하는 운동장을 의미해요.

tham gia
동
참가하다

Bạn có **tham gia** vào kì thi hùng biện tiếng Việt lần này không?
너는 이번 베트남어 말하기 대회에 참가할 거야?

---

thắng
동
이기다

Cô ấy luôn muốn **thắng** người khác trong mọi cuộc tranh luận.
그녀는 모든 논쟁에서 항상 다른 사람을 이기고 싶어 해요.

반 thua 지다

---

thể thao
명
스포츠

A Bạn thích môn **thể thao** nào?
너는 어떤 스포츠를 좋아해?

B Mình thích bóng chày nhất.
나는 야구를 가장 좋아해.

---

thế vận hội
명
올림픽

Thế vận hội mùa đông sắp tới sẽ được tổ chức ở nước nào?
다음 동계 올림픽은 어느 국가에서 개최되나요?

---

thích vận động thể thao
형
운동을 좋아하는

Chồng tôi là người **thích vận động thể thao** vào buổi sáng.
내 남편은 아침 운동을 좋아하는 사람이에요.

trận chung kết
명
결승(전)

Trận chung kết giải bóng rổ quốc gia sẽ được truyền hình trực tiếp trên kênh VTV3.

전국 농구 챔피언스 리그 결승전이 VTV3 채널에서 생중계될 거예요.

참 đội tuyển + môn + quốc gia: 국가 대표 ~팀 |
giải + môn + quốc gia: 국가 ~ 챔피언스 리그

---

trận thi đấu
명
경기, 시합

Trận thi đấu chung kết đang diễn ra rất gay cấn.

결승전 경기가 매우 흥미진진해요.

---

trượt băng
동
스케이트 타다

Mùa đông là mùa gia đình cùng nhau đi **trượt băng** ở sân trượt băng.

겨울은 온 가족이 스케이트장에 가서 함께 스케이트를 타는 계절이에요.

---

vận động viên
명
선수

Anh họ của tôi là **vận động viên** điền kinh của đội tuyển điền kinh quốc gia.

우리 사촌 형은 육상 국가 대표 선수예요.

참 vận động viên điền kinh 육상 선수

---

việc sử dụng chất cấm
명
금지 약물 복용

Cầu thủ bóng rổ đó đã thừa nhận **việc sử dụng chất cấm**.

그 농구 선수는 금지 약물 복용을 인정했어요.

1 다음 괄호 안의 표현 중 알맞은 것을 골라 문장을 완성하세요.

(1) (Cổ vũ / Câu cá) là cách giết thời gian hiệu quả nhất.

(2) (Bóng ném bãi biển / bóng đá) là môn thể thao ít phổ biến ở Việt Nam.

(3) Đội bóng đá (tham gia / chiến thắng) sẽ giành giải thưởng 1 triệu đô la.

(4) Ánh Viên là vận động viên bơi lội duy nhất đã đổi được màu (huy chương / điền kinh).

2 다음에서 같은 그룹으로 묶을 수 있는 단어가 <u>아닌</u> 것을 고르세요.

(1) ① đan   ② huy chương   ③ thắng   ④ giải vô địch

(2) ① bóng rổ   ② bóng bàn   ③ bóng bay   ④ bóng đá

(3) ① sân vận động   ② bể bơi   ③ sân trượt băng   ④ sân bóng đá

(4) ① chạy bộ   ② đấu vật   ③ kỉ lục   ④ quần vợt

3 다음 글이 설명하는 것으로 알맞은 것을 고르세요.

> Đây là môn thể thao chỉ có hai người thi đấu với nhau. Hai đối thủ cố gắng kiềm chế đối phương bằng cách nắm, kéo, vặn, đè, v.v... nhưng không được trực tiếp đấm hay đá. Luật lệ của môn thi này khác nhau từng địa phương. Người chiến thắng là người chiếm được nhiều ưu điểm: đè ngửa đối phương hoặc đối phương chịu thua hay bị đẩy ra ngoài vòng thi đấu.

① Kéo co   ② Bể bơi   ③ Đua xe đạp

④ Đấu vật   ⑤ Bóng chuyền

IX 교육·문화

Giáo dục · Văn hoá

bài luyện tập
명
연습 문제

Cô ấy làm **bài luyện tập** để ôn tập.
그녀는 연습 문제를 풀면서 복습을 해요.

참 ôn tập 복습하다 ➡ p.294

---

bài tập
명
숙제

Bạn ấy không làm **bài tập** tiếng Anh hôm qua.
그 친구는 어제 영어 숙제를 안 했어요.

유 bài tập về nhà 숙제

---

bảo vệ
동
(논문) 발표하다

Chị ấy mới **bảo vệ** luận văn thạc sĩ.
그녀는 막 석사 졸업 논문을 발표했어요.

참 luận án 박사 졸업 논문 | luận văn 학사, 석사 졸업 논문 | khoá luận 소논문

🔍 '보호하다', '경비원'의 의미도 있어요.

---

bị trượt
동
낙제하다

Học kì này, trong 35 sinh viên học môn thống kê có 3 người **bị trượt**.
이번 학기에 통계 과목에서 35명 학생 중 3명이 낙제했어요.

유 bị rớt 불합격하다, 낙방하다

---

có mặt
동 출석하다
형 출석의

Các em nhớ **có mặt** trong buổi học ngày mai nhé.
내일 수업에 꼭 출석하는 것을 잊지 마세요.

반 vắng mặt 결석의 ➡ p.297

---

chuyên ngành

전공

Anh ấy đang học chuyên ngành tâm lí học.

그는 심리학을 전공하고 있어요.

đại học đào tạo từ xa

사이버 대학교

Mẹ tôi đang học tiếng Trung Quốc tại Đại học đào tạo từ xa.

나의 어머니는 사이버 대학교에서 중국어를 공부하고 계셔요.

đăng kí

등록하다

Cô ấy đã đăng kí khoá Yoga 3 tháng.

그녀는 3개월 코스의 요가 과정을 등록했어요.

đỗ

합격하다

Bạn ấy đã đỗ cấp 6 trong kì thi năng lực tiếng Hàn.

그 친구가 한국어 능력 시험 6급에 합격했어요.

 thi trượt 불합격하다

🔍 명사로 쓰면 '콩'의 의미예요. '콩'의 유의어로는 đậu가 있어요.

---

giáo dục

명 동

교육(하다)

Người Việt Nam rất coi trọng giáo dục tiếng Anh.

베트남 사람들은 영어 교육을 매우 중시해요.

học bổng

⑲

장학금

Bạn ấy nhận được học bổng toàn phần.

그 친구는 전액 장학금을 받았어요.

---

học vị

⑲

학위

A Học vị cao nhất của cô ấy là gì?

그녀의 최종 학위가 어떻게 돼요?

B Học vị cao nhất của cô ấy là tiến sĩ.

그녀의 최종 학위는 박사예요.

참 cử nhân 학사 | thạc sĩ 석사 | tiến sĩ 박사

---

học viên

⑲

학습자

Trường đại học của tôi có các chương trình giáo dục ngoại ngữ cho học viên người lớn.

내가 다니는 대학교에는 성인 학습자를 위한 외국어 교육 프로그램이 있어요.

---

kết thúc khoá học

⑧

종강하다

Lễ kết thúc khoá học sẽ cử hành vào ngày mai.

학과 종강 행사가 내일 열려요.

유 bế giảng 종강하다

---

kì nghỉ

⑲

방학, 휴가

Trong kì nghỉ này, anh ấy định đi thực tập tại công ti Mê Kông.

이번 방학 동안 그는 메 콩 회사에서 인턴을 할 예정이에요.

참 kì nghỉ dưỡng 휴가

kì thi

시험

Kì thi năng lực tiếng Việt được tổ chức 2 tháng một lần.
베트남어 능력 시험은 2개월에 한 번씩 실시돼요.

---

kì thi tuyển sinh đại học

대학 입학 자격 시험

Số lượng thí sinh tham gia kì thi tuyển sinh đại học năm nay là khoảng 700 nghìn người.
올해 대학 입학 자격 시험에 응시한 수험생은 약 70만 명 정도 돼요.

---

khai giảng

개학하다, 개강하다

Hôm nay là ngày khai giảng học kì tháng 3.
오늘은 3월 학기가 개강하는 날이에요.

---

ngôn ngữ

언어

Nghiên cứu ngôn ngữ cần sự kiên nhẫn.
언어 연구에는 인내심이 필요해요.

---

nghe giảng

수업을 듣다

Cô ấy không tập trung nghe giảng.
그녀는 수업을 듣는 데 집중하지 않아요.

nghỉ học

휴학하다

Học kì này, anh ấy đã **nghỉ học** và nhập ngũ.
이번 학기에 그는 휴학하고 입대했어요.

---

nghiên cứu sinh

연구생

Anh trai tôi trở thành **nghiên cứu sinh** tại Viện nghiên cứu năng lượng nguyên tử.
나의 형은 원자력 연구소의 연구생이 되었어요.

---

nhà ăn sinh viên

학생 식당

Nhà ăn sinh viên vừa rẻ vừa ngon.
학생 식당이 저렴하면서 맛있어요.

유 căn tin sinh viên 학생 식당
참 kí túc xá 기숙사

ôn tập

복습하다

Mỗi buổi tối, Lan **ôn tập** nội dung bài học.
란은 매일 저녁 수업 내용을 복습해요.

🔍 nội dung bài học은 '선생님으로부터 습득한 내용'을, nội dung học bài은 '본인이 스스로 공부하고 습득한 내용'을 의미해요.

---

phát biểu

발표하다

Bài **phát biểu** của giáo sư đó rất ấn tượng.
그 교수님의 발표는 매우 인상적이었어요.

thư viện
명
도서관

Thư viện trường tôi đang sửa chữa.
우리 학교 도서관은 수리 중이에요.

---

tiếng ồn
명
소리, 소음

Tiếng ồn khiến tôi không thể tập trung được.
소음은 나를 집중하지 못하게 해요.

---

tiết học
명
수업, 강의

Tiết học hôm nay rất thú vị.
오늘 수업이 매우 재미있었어요.

유 buổi học 수업

---

tốt nghiệp
동
졸업하다

Chị tôi làm việc tại một công ti lớn sau khi **tốt nghiệp** đại học.
내 언니는 대학교 졸업 후 대기업에 입사했어요.

반 nhập học 입학하다

---

trường công lập
명
공립 학교

Trường Chu Văn An là **trường công lập** nổi tiếng nhất ở Hà Nội.
쭈반안 학교는 하노이에서 가장 유명한 공립 학교예요.

trường dân lập
명
사립 학교

Trường đại học Vin là **trường dân lập** mới thành lập.

빈 대학교는 최근에 설립된 사립 학교예요.

---

trường đại học
명
대학교

Ở Hà Nội có những **trường đại học** tổng hợp nào vậy?

하노이에는 어떤 종합 대학교들이 있어요?

참 trường đại học tổng hợp 종합 대학교

---

trường học
명
학교

Trường học đó nằm ngay dưới núi.

그 학교는 바로 산 아래에 있어요.

---

trường mẫu giáo
명
유치원

Trước khi đi làm, tôi thường đưa con trai đến **trường mẫu giáo**.

출근하기 전에 나는 보통 아들을 유치원에 데려다줘요.

유 trường mầm non 유치원
참 nhà trẻ 어린이집

---

trường tiểu học
명
초등학교

Em ấy sẽ nhập học **trường tiểu học** vào tháng 3 tới.

그 아이는 다가오는 3월에 초등학교에 입학해요.

유 trường cấp một 초등학교

trường trung học cơ sở

 명

중학교

Cô ấy đã muốn trở thành bác sĩ từ thời học ở **trường trung học cơ sở**.

그녀는 중학교 시절부터 의사가 되고 싶었어요.

유 trường cấp hai 중학교

---

trường trung học phổ thông

 명

고등학교

Bạn tốt nghiệp **trường trung học phổ thông** nào?

어느 고등학교를 졸업했어요?

유 trường cấp ba 고등학교

🔍 베트남의 학제는 초등학교 5년, 중학교 4년, 고등학교 3년이에요.

---

vắng mặt

 형

결석의

Vì nhập viện nên học sinh đó **vắng mặt** ở trường hôm qua.

입원을 했기 때문에 그 학생은 어제 학교에 결석했어요.

반 có mặt 출석의 ➡ p.290

---

viện giáo dục thường xuyên

 명

평생 교육원

Nhiều trường đại học ở Hàn Quốc có một **viện giáo dục thường xuyên** cho người bình thường có thể học tập.

한국의 많은 대학교는 일반인들이 공부할 수 있는 평생 교육원이 있어요.

참 người bình thường 일반인

---

viết

 동

필기하다, 쓰다

Cô ấy đã **viết** cẩn thận nội dung bài giảng.

그녀는 강의 내용을 열심히 필기했어요.

유 ghi lại 기록하다, 필기하다

1 Lan의 형제자매, 사촌의 나이와 학교를 연결하세요.

(1) Lan (12 tuổi)   •   •   ① trường mầm non

(2) Anh trai của Lan (20 tuổi) •   •   ② trường tiểu học

(3) Chị gái của Lan (17 tuổi) •   •   ③ trường trung học cơ sở

(4) Cháu trai của Lan (9 tuổi) •   •   ④ trường trung học phổ thông

(5) Cháu gái của Lan (5 tuổi) •   •   ⑤ trường đại học

2 다음 빈칸에 알맞은 단어를 아래에서 골라 쓰세요.

tiếng ồn	phát biểu	học bổng	chuyên ngành

(1) Cô ấy đã tự chọn _____ của mình ở đại học.

(2) Nhà tôi gần đường lớn nên luôn luôn nghe thấy _____.

(3) Mặc dù đã chuẩn bị rất kĩ nhưng Minh vẫn _____ không tốt.

(4) Sau nhiều lần nộp hồ sơ, cuối cùng anh ấy cũng được nhận
_____ toàn phần.

3 다음 글이 설명하는 것으로 알맞은 것을 고르세요.

> Đây là một địa điểm nằm trong trường đại học. Vào buổi trưa và buổi
> tối, có rất nhiều người đến đây để ăn cơm hoặc mua cơm mang về. Nơi
> đây phục vụ nhiều món ăn khác nhau với giá cả phù hợp với túi tiền
> của sinh viên. Nếu học ở trường đại học, ai cũng ít nhất một lần đến nơi
> này.

① Thư viện   ② Nhà ăn sinh viên   ③ Trường học

④ Trường công lập   ⑤ Kí túc xá sinh viên

bút bi

볼펜

Người Việt Nam dùng **bút bi** màu xanh nhiều hơn.

베트남 사람은 파란색 볼펜을 더 많이 사용해요.

🔍 베트남 학교에서는 주로 파란색, 보라색 볼펜 사용을 권장해요. 서명도 파란색으로 하는 것이 안전하다고 법규에 명시되어 있어요. 빨간색은 도장 색과 유사하고, 검은색은 복사했을 때 색과 비슷하기 때문이에요.

---

bút chì

연필

Em gái tôi chỉ dùng **bút chì** có hoa văn màu xanh lá cây.

우리 여동생은 녹색 무늬가 있는 연필만 사용해요.

참 **hoa văn** 무늬, 문양

---

bút chì màu

색연필

Dụng cụ học tập cần chuẩn bị ngày mai là **bút chì màu**.

내일 학습을 위한 준비물은 색연필이에요.

참 **dụng cụ học tập** 준비물, 학습 도구

---

bút chì màu sáp

크레파스

Em ấy đạt giải nhất trong cuộc thi vẽ tranh bằng **bút chì màu sáp**.

그 아이는 크레파스로 그린 그림 대회에서 일등을 했어요.

---

bút lông

붓

Thi sĩ xưa chỉ cần cầm **bút lông** lên là có thể viết ngay được những suy nghĩ thành thơ.

옛날 시인들은 붓을 들면 붓 가는 대로 바로 시를 쓸 수 있었어요.

bút máy
명
만년필

Học sinh ngày nay không còn dùng **bút máy** nhiều như trước đây nữa.

오늘날 학생들은 옛날처럼 만년필을 거의 안 써요.

---

cái dập ghim
명
스테이플러

Mình mượn **cái dập ghim** của bạn một lát được không?

너의 스테이플러 잠깐만 빌릴 수 있을까?

 cái bấm ghim 스테이플러

---

cặp sách
명
책가방

Bọn trẻ thường vứt **cặp sách** xuống đất ngay khi vừa về đến nhà.

아이들은 집을 도착하자마자 바로 책가방을 바닥에 내팽개쳐요.

---

cục tẩy
명
지우개

Tôi thích dùng bút chì có gắn **cục tẩy** vì rất tiện dụng.

나는 지우개 달린 연필이 매우 편리해서 이를 사용하는 것을 좋아해요.

 cục gôm 지우개

---

cửa hàng văn phòng phẩm
명
문구점

Dạo này nhiều **cửa hàng văn phòng phẩm** gần trường đã đóng cửa.

요즘 학교 근처 문구점들이 많이 문을 닫았어요.

giấy màu

색종이

Tôi gấp giấy màu làm máy bay giấy cho cháu.
나는 색종이를 접어서 조카에게 종이비행기를 만들어 줬어요.

hộp bút
명
필통

Sau khi đi làm, tôi không dùng hộp bút nữa.
일을 시작하게 된 후 나는 더 이상 필통을 사용하지 않아요.
참 hộp cắm bút 연필꽂이

keo dán
명
풀

Bạn có thể dễ dàng tìm mua keo dán ở cửa
hàng văn phòng phẩm.
문방구에서 풀을 쉽게 구매할 수 있어요.

kéo
명
가위

Tôi cắt giấy gói bằng kéo để gói quà.
나는 선물을 포장하기 위해 가위로 포장지를 잘랐어요.
참 giấy gói 포장지
🔍 올라가는 성조(′)가 강하게 내려 끊는 성조(.)로 바뀌어 kẹo로 쓰면
'사탕'의 의미예요.

màu nước

물감

Em gái tôi bị mất bộ màu nước yêu thích.
나의 여동생이 좋아하는 물감 세트를 잃어버렸어요.
유 màu mực 물감

phấn viết bảng

분필

Cô giáo viết mạnh quá nên bụi **phấn viết bảng** bay khắp phòng học.

선생님이 너무 세게 써서 교실에 온통 분필 가루가 날렸어요.

---

quyển vở

공책

Cô ấy đã phải lục tung ngăn kéo để tìm **quyển vở**.

그녀는 공책을 찾으려고 서랍을 샅샅이 뒤졌어요.

---

sách giáo khoa

교과서

Bộ Giáo dục đang sửa lại **sách giáo khoa** tiểu học.

교육부에서 초등학교 교과서를 개정하고 있어요.

---

sổ kí hoạ

스케치북

Anh ấy có sở thích vẽ tranh nên ngày nào cũng mang một quyển **sổ kí hoạ**.

그는 요즘 그림 그리는 데 취미가 생겨 늘 스케치북을 끼고 다녀요.

유 **sổ phác hoạ** 스케치북

---

thước kẻ

자

Hãy đặt **thước kẻ** vào quyển vở và kẻ các đường thẳng!

공책에 자를 대고 직선을 그어 보세요!

1 다음 그림에 해당하는 단어를 연결하세요.

(1)   (2)   (3)   (4)

•   •   •   •

•   •   •   •

① bút chì   ② cục tẩy   ③ hộp bút   ④ cái dập ghim

2 다음에서 같은 종류의 단어가 <u>아닌</u> 것을 고르세요.

(1) ① bút chì   ② bút bi   ③ bút máy   ④ thước kẻ

(2) ① hồ sơ   ② tài liệu   ③ phấn viết bảng   ④ giấy tờ

(3) ① quyển vở   ② cặp sách   ③ sách giáo khoa   ④ sổ kí hoạ

3 다음 글을 읽고 Minh이 무엇을 찾고 싶어 하는지 고르세요.

> Minh là học sinh lớp bốn, trường tiểu học Võ Thị Sáu ở Hà Nội. Ngày mai, ở lớp Minh có cuộc thi gấp hoa tặng bố mẹ. Minh đã chuẩn bị đầy đủ bút chì, thước kẻ và các bức tranh về hoa nhưng không tìm thấy thứ quan trọng nhất để gấp. Cái này được làm bằng giấy và có nhiều màu xanh, đỏ, tím, vàng v.v… Minh đã tìm hơn hai tiếng rồi mà vẫn không thấy nó ở đâu.

① Bút chì   ② Bút lông   ③ Giấy màu

④ Màu nước   ⑤ Quyển vở

bài tự luận
명
에세이

Dạo này, thế hệ trẻ thích đọc các **bài tự luận** về phát triển bản thân hơn.

요즘 젊은 세대는 자기 계발에 관한 에세이를 읽는 것을 더 좋아해요.

---

bản thảo
명
원고

Hạn nộp **bản thảo** sách tiếng Anh là đến 5 giờ chiều thứ 3 tuần này.

영어책 원고 마감은 이번 주 화요일 오후 5시예요.

참 **hạn nộp** 마감 기한, 제출 기한

---

bi kịch
명
비극

Chuyện tình yêu trong quyển tiểu thuyết đó kết thúc bằng **bi kịch**.

그 소설 속의 사랑 이야기는 비극으로 끝났어요.

---

biên dịch
동
번역하다

Bạn ấy đang làm công việc **biên dịch** văn bản tiếng Hàn sang tiếng Việt tại công ti mĩ phẩm.

그 친구는 화장품 회사에서 한국어 문서를 베트남어로 번역하는 업무를 하고 있어요.

참 **thông dịch** 통역하다

---

biên tập
동
편집하다

Chương trình thời sự hôm qua được **biên tập** rất hay.

어제 시사 프로그램은 매우 흥미롭게 편집되었어요.

참 **biên soạn** 편찬하다

chủ biên

주필, 편집장

Tạp chí kinh tế này bán chạy hơn sau khi có **chủ biên** mới.

이 경제 잡지는 새로운 주필이 온 이후 더 잘 팔려요.

độc giả

독자

Thạch Lam là một tác giả có tầng lớp **độc giả** đa dạng.

타익 람은 폭넓은 독자층을 갖고 있는 작가예요.

---

giải thưởng văn học

문학상

Giải thưởng văn học này đã được bắt đầu từ năm 1901.

이 문학상은 1901년부터 시작되었어요.

---

hài kịch

희극

"Giấc mộng đêm hè" là vở **hài kịch** ấn tượng nhất của Shakespeare.

"한여름 밤의 꿈"은 셰익스피어의 가장 인상적인 희극 작품이에요.

참 vở hài kịch 희곡, 희극 작품

---

ngừng xuất bản

절판, 폐간

Truyện tranh "Thần đồng đất Việt" đã **ngừng xuất bản** từ năm 2019.

"베트남의 신동"이라는 만화책은 2019년에 절판되었어요.

유 không tái bản 절판

nhà sách

서점

Một **nhà sách** vừa mới khai trương ở ngã tư.

사거리에 새로운 서점이 문을 열었어요.

㉠ hiệu sách 서점 ➡ p.177

---

nhà xuất bản

발행인, 출판사

Bản thảo của quyển sách đó đã được gửi cho **nhà xuất bản** ngày hôm qua.

그 책의 원고는 어제 출판사에 제출되었어요.

㉠ nhà phát hành 발행인

---

nhân vật xuất hiện

등장인물

Quan hệ giữa các **nhân vật xuất hiện** trong tiểu thuyết này rất phức tạp.

이 소설의 등장인물들 관계가 너무 복잡해요.

---

nhật kí

일기

"**Nhật kí** trong tù" của chủ tịch Hồ Chí Minh là một tập thơ rất nổi tiếng trên thế giới.

호찌민의 "옥중일기"는 세계에서 가장 유명한 시집 중 하나예요.

---

phê bình

비평하다, 비판하다

Giáo sư từ chối **phê bình** về khủng hoảng chính trị.

교수님께서 정치 위기에 대해 비평하기를 거부하셨어요.

sách
명
책, 서적

Hiệu sách này bán **sách** chuyên ngành về máy tính.

이 서점은 컴퓨터 전문 서적을 판매해요.

참 **ấn phẩm** 서적, 출판물

---

sách báo cũ
명
중고 서적

Mỗi khi có thời gian, tôi thường đến cửa hàng bán **sách báo cũ**.

시간이 있을 때마다 나는 보통 중고 서적을 파는 서점에 가요.

---

sách mới xuất bản
명
신간 서적

Tôi đã xem những quyển sách được sắp xếp ở góc **sách mới xuất bản**.

나는 신간 서적 코너에 비치된 서적을 구경했어요.

유 **ấn phẩm mới** 신간
참 **xếp ở góc sách mới xuất bản** 신간 서적 코너

---

tác giả
명
작가

Tác giả này đã viết khoảng mười truyện ngắn rồi.

이 작가는 약 10편의 단편 소설을 썼어요.

---

tái bản
동
재발행하다

Quyển tiểu thuyết đã được dịch xong và **tái bản**.

그 소설은 완역되어 재발행되었어요.

유 **phát hành lại** 재발행하다

thơ

명

시

Từ nhỏ, anh ấy đã thích và học **thơ** Hán từ ông nội.

그는 어렸을 때부터 한시를 좋아해서 할아버지께 시를 배웠어요.

참 ngâm thơ 시를 읊다

---

tiểu thuyết

명

소설

Tôi rất thích đọc **tiểu thuyết** trinh thám.

나는 탐정 소설을 읽는 것을 좋아해요.

참 tiểu thuyết trinh thám 탐정 소설 | truyện ngắn 단편 소설

---

truyện danh nhân

명

위인전

Ai cũng đọc **truyện danh nhân** khi họ còn nhỏ.

어릴 때 누구나 위인전을 읽어요.

유 truyện vĩ nhân 위인전

---

truyện kí

명

전기

Gần đây, tác giả của **truyện kí** bán chạy nhất là ai?

최근 전기 문학 베스트셀러 작가는 누구예요?

---

truyện tranh

명

만화(책)

Các quán cà phê sách gần trường có rất nhiều **truyện tranh** đa dạng.

학교 근처에 있는 북 카페에 다양한 만화책이 가득해요.

참 đa dạng 다양한

từ điển

사전

Bạn đã tải ứng dụng **từ điển** này về điện thoại chưa?

너는 이 사전 앱을 핸드폰에 다운 받았니?

참 **từ điển bách khoa** 백과사전 | **ứng dụng (di động)** 애플리케이션

---

từ điển bách khoa

백과사전

Tôi tặng toàn tập **từ điển bách khoa** cho con cái.

나는 아이에게 백과사전 전집을 사 줬어요.

---

văn học

문학

Tác phẩm **văn học** đó được giới học thuật đánh giá rất cao.

그 문학 작품이 학계로부터 높은 평가를 받고 있어요.

참 **đánh giá** 평가하다

---

viết hộ

대필(하다)

Viết hộ là một trong những vấn nạn kinh niên trong giới văn học.

대필은 문학계의 고질적인 문제 중 하나예요.

---

xuất bản

출판하다

Tác phẩm đầu tay của cô ấy sẽ được **xuất bản** vào mùa xuân năm sau.

그녀의 데뷔작이 내년 봄에 출판될 것이에요.

참 **tác phẩm đầu tay** 데뷔작

---

1 다음 짝지은 단어의 관계가 반의어가 <u>아닌</u> 것을 고르세요.

① hài kịch – bi kịch
② sách mới xuất bản – sách báo cũ
③ xuất bản – không tái bản
④ từ điển bách khoa – thơ

2 다음에서 같은 종류의 단어가 <u>아닌</u> 것을 고르세요.

(1)	① sách	② nhân vật	③ báo	④ từ điển
(2)	① biên dịch	② tác giả	③ phê bình	④ xuất bản
(3)	① truyện tranh	② truyện kí	③ truyện danh nhân	④ viết hộ
(4)	① nhân vật xuất hiện	② nhà xuất bản	③ nhà sách	④ hiệu sách

3 다음 빈칸에 알맞은 단어를 아래에서 골라 쓰세요.

truyện ngắn	ngâm thơ	cũ	thông dịch

(1) Ông tôi vừa thích làm thơ vừa thích _____.

(2) Ở phố Tràng Tiền, có rất nhiều cửa hàng sách báo _____.

(3) Ước mơ của cô ấy là trở thành người _____ tiếng Hàn giỏi.

(4) Tuy sáng tác không nhiều nhưng _____ của ông ấy rất nổi tiếng.

Cơ Đốc giáo

기독교

Trong lịch sử, **Cơ Đốc giáo** là một phần quan trọng của hệ tư tưởng hiện đại hoá và chủ nghĩa dân tộc tại Hàn Quốc.

역사 흐름에서 기독교는 한국 근대화 사상과 민족주의에 중요한 부분이에요.

🈠 đạo Tin Lành 기독교

Đạo Cao Đài

까오 다이교

Đạo Cao Đài là một tôn giáo mới ở Việt Nam do Ngô Văn Chiêu thành lập vào năm 1926.

까오 다이교는 응오 반 찌에우에 의해 1926년에 설립된 베트남의 신흥 종교예요.

Đạo giáo

도교

Đạo giáo xuất hiện tại Việt Nam vào cuối thế kỉ II.

도교는 2세기말 베트남에 출현했어요.

đền thờ

신전, 사원

Từ xa xưa, nhiều **đền thờ** anh hùng dân tộc đã được dựng tại nhiều vùng miền của Việt Nam.

옛날부터 베트남의 많은 지역에 민족 영웅들을 위한 많은 사원들이 세워져 있었어요.

🈠 miếu thờ (thần) 사원

địa lí

지리

Toạ độ **địa lí** của hòn đảo đó như thế nào?

그 섬의 지리적 좌표가 어떻게 돼요?

địa ngục

지옥

Đỉnh Everest sẽ là 'địa ngục sống' với những ai thiếu thận trọng và bất cẩn.

에베레스트산은 경솔하고 부주의한 자에게 '살아 있는 지옥'이 될 것이에요.

điều dưỡng học

간호학

Điều dưỡng học cũng là một ngành học khó như y học.

간호학은 의학만큼 어려운 학문이에요.

---

hoá học

화학

Khi còn học cấp 2, tôi học giỏi hoá học nhất trường.

나는 중학교 때 학교에서 화학을 제일 잘하는 학생이었어요.

Hồi giáo

이슬람교

Những người bạn Pakistan của tôi luôn tuân thủ nghiêm chỉnh luật lệ Hồi giáo dù đi bất kì đâu.

내 파키스탄 친구들은 어디가든 이슬람교 율법을 항상 엄격히 준수해요.

[참] luật lệ 율법, 법례

Kinh Thánh

성경

Anh ấy luôn đem theo sách Kinh Thánh khi đi du lịch nước ngoài.

그는 해외여행을 갈 때마다 성경을 가지고 다녀요.

luật học

법학

Môn học làm khó tôi nhất là môn **luật học** đại cương.

내가 가장 어려워하는 과목은 바로 법학 개론이에요.

[참] pháp luật 법률

mê tín

미신

Ngày nay, người Hàn Quốc vẫn **mê tín** rằng số 4 là con số không may mắn.

오늘날 한국에는 4는 불길한 숫자라는 미신이 여전히 남아 있어요.

nữ tu sĩ

수녀

Mẹ Teresa là **nữ tu sĩ** được sùng kính khắp thế giới.

마더 테레사는 세계에서 추앙받는 수녀예요.

[참] tu viện 수도원

ngành báo chí truyền thông

언론학, 신문 방송학

Sinh viên **ngành báo chí truyền thông** luôn hoạt bát và tự tin khi phát biểu trước đám đông.

신문 방송학과 학생들은 많은 사람들 앞에서 발표할 때 늘 활발하고 자신감이 넘쳐요.

ngành kế toán

회계학

Ngành kế toán là ngành nghiên cứu một cách hệ thống các vấn đề liên quan đến hiện tượng kế toán.

회계학은 회계 현상에 관련된 사항을 체계적으로 연구하는 학문이에요.

ngành kĩ thuật công nghiệp

명

공학

Anh ấy vào làm việc tại Google ngay sau khi vừa tốt nghiệp **ngành kĩ thuật công nghiệp** điện tử.

그는 전자 공학과를 졸업하자마자 바로 구글에 취직했어요.

---

ngành kiến trúc

명

건축학

Dạo này, **ngành kiến trúc** là một chuyên ngành được nhiều học sinh lựa chọn.

요즘 건축학은 많은 학생들이 선택하는 전공이에요.

---

ngành ngữ văn

명

어문학

Dù tốt nghiệp **ngành ngữ văn** nhưng cô ấy lại chọn làm việc trong lĩnh vực thống kê.

어문학을 졸업했지만 그녀는 통계 분야에서 일하기로 선택했어요.

참 thống kê 통계

---

ngành thú y

명

수의학

Em gái tôi, vốn là người yêu thích động vật và muốn học chuyên **ngành thú y**.

본래 동물을 좋아하는 내 여동생은 수의학을 전공하고 싶어 해요.

Nho giáo

명

유교

Nho giáo ở Việt Nam phát triển mạnh từ thời Ngô Quyền.

베트남의 유교는 응오 꾸옌 시기 이후 발전했어요.

🔍 Ngô Quyền은 중국 복속 시기(B.C. 11〜A.D 938)를 종식시키고 베트남의 독립 시대를 열고 응오 왕조(nhà Ngô, 898〜944년)를 세운 왕이에요.

Phật giáo

명

불교

Văn hoá **Phật giáo** có ảnh hưởng sâu sắc đến tư tưởng của người Việt Nam.

불교문화는 베트남 사람들의 사고방식에 깊은 영향을 미쳐요.

---

phật tử

명

불교 신자

Có thể nói phần lớn người Việt đều là **phật tử**.

다수의 베트남인들을 불교 신자라고 할 수 있어요.

---

quản trị kinh doanh

명

경영학

Tôi chọn **quản trị kinh doanh** là chuyên ngành thứ hai.

나는 경영학을 복수 전공으로 선택했어요.

 chuyên ngành thứ hai 복수 전공

---

sinh vật học

명

생물학

Anh trai tôi làm việc tại Viện nghiên cứu **sinh vật học** Quốc gia.

내 형/오빠는 국립 생물학 연구소에서 일해요.

---

sư cô

명

여승

Một **sư cô** Việt Nam quyết định du học Hàn Quốc để học Phật giáo.

베트남 여승은 불교학을 공부하기 위해 한국 유학을 결심했어요.

 ni cô 여승

tâm lí học
명
심리학

Ngày nay, **tâm lí học** đã trở thành chuyên ngành được yêu thích.

오늘날 심리학은 인기 있는 전공이 되었어요.

[참] tư vấn học 상담학

---

thần học
명
신학

Tại Mĩ, ngành **thần học** có nhiều học bổng cho sinh viên.

미국에서는 신학을 전공하는 학생들에게 많은 장학금을 제공해요.

---

thần linh
명
신

Em họ tôi luôn tin **thần linh** có tồn tại.

나의 사촌 동생은 늘 신이 존재한다고 믿어요.

[참] Ngọc Hoàng Thượng đế 옥황상제

---

thiên đường
명
천국

Nơi nào có tình yêu, nơi đó là **thiên đường**.

사랑이 있는 곳, 그곳이 천국이에요.

[납] thiên đàng 천국

---

toán học
명
수학

Không ai có thể phủ nhận tài năng **toán học** của cô ấy.

누구도 그녀의 수학적 재능을 부인할 수 없어요.

tôn giáo

 명

종교

Xã hội hiện đại luôn để cao và tôn trọng tự do **tôn giáo**.

현대 사회에서는 늘 종교의 자유를 높이 평가하고 존중해요.

참 tự do 자유

---

triết học

 명

철학

Phim truyền hình này quá **triết học** nên hơi khó hiểu.

이 드라마는 너무 철학적이어서 이해하기가 좀 어려워요.

---

vật lí

 명

물리

Bạn thân của tôi là chuyên gia về **vật lí** địa cầu.

제 친한 친구는 지구 물리학 전문가예요.

---

xã hội học

 명

사회학

Xã hội học có thể nói là một môn học thuật tổng hợp.

사회학은 종합 학문이라 할 수 있어요.

---

y học

 명

의학, 약

Việc ứng dụng tế bào gốc là một trong những thành tựu đột phá của nền **y học** thế giới.

줄기 세포 활용은 세계 의학의 가장 혁신적인 성과들 중에 하나예요.

1 학문 이름과 알맞은 설명을 연결하세요.

(1) y học   •

(2) hoá học   •

(3) toán học   •

(4) triết học   •

(5) tâm lí học   •

(6) xã hội học   •

• ① Ngành nghiên cứu về các chủ đề như lượng, cấu trúc, không gian và sự thay đổi.

• ② Ngành nghiên cứu về thành phần, cấu trúc, tính chất và sự thay đổi của vật chất.

• ③ Một lĩnh vực khoa học ứng dụng liên quan đến chữa bệnh.

• ④ Khoa học về các quy luật và tính quy luật xã hội chung và đặc thù của sự phát triển và vận hành của hệ thống xã hội.

• ⑤ Bộ môn nghiên cứu về những vấn đề chung và cơ bản của con người và vị trí của con người trong thế giới quan.

• ⑥ Ngành khoa học nghiên cứu về tâm trí và hành vi cũng như cảm xúc và tư duy.

2 다음 빈칸에 알맞은 단어를 아래에서 골라 쓰세요.

mê tín	địa ngục	kiến trúc	đền thờ

(1) Ở các làng quê Việt Nam vẫn còn nhiều _____ anh hùng dân tộc.

(2) Ngày nay, _____ cũng được coi là một tệ nạn xã hội.

(3) Nhiều toà nhà ở Hà Nội vẫn còn mang _____ cổ của Pháp.

(4) Nhiều người tin rằng nếu sống không tốt thì sau khi chết sẽ xuống _____.

사회 · 경제

Xã hội · Kinh tế

an sinh xã hội

사회 보장

Gần đây, một hướng chính sách mới cho chế độ **an sinh xã hội** đã được công bố.

최근에 사회 보장 제도에 관한 새로운 정책 방향이 발표되었어요.

⟨유⟩ **bảo đảm xã hội** 사회 보장
⟨활⟩ **Cơ quan bảo hiểm y tế** 건강 보험 공단

bầu cử

선거하다, 투표하다

Ngày **bầu cử** tổng thống tại Hàn Quốc có phải là ngày nghỉ lễ không?

한국에서는 대통령 선거일이 공휴일인가요?

🔍 동사 **bầu cử** 앞에 **cuộc**을 써서 **cuộc bầu cử**와 같이 쓰면 '선거'라는 의미의 명사가 돼요.

bình đẳng

동등한, 평등한

Tất cả mọi người đều **bình đẳng** trước pháp luật.

모든 사람은 법 앞에 평등해요.

⟨반⟩ **bất bình đẳng** 불평등한

Bộ trưởng

장관

Một giáo sư của trường đại học Seoul vừa được bổ nhiệm làm **Bộ trưởng** Bộ Giáo dục.

서울대학교 교수가 교육부 장관에 임명되었어요.

công an

공안

Công an là cán bộ nhà nước chuyên giữ gìn trật tự, an ninh chung.

공안은 공공질서 및 보안 유지에 특화된 주정부 소속 간부예요.

🔍 **công an**은 국가 안보, 사회의 안전, 질서를 보장하고 국내외 범죄를 예방·처벌하는 공무원이에요.

công dân

시민, 국민

Công dân thành phố kêu gọi chính quyền xem xét và xử lí vấn đề ô nhiễm không khí.
시민들은 공기 오염 문제에 관한 검토와 조치를 시에 촉구했어요.

참 nhân dân 인민

---

cơ quan hành chính

행정 기관

Rất nhiều **cơ quan hành chính** của chính phủ đã làm việc không hiệu quả.
많은 정부 행정 기관이 효과적으로 일하지 않고 있어요.

🔍 hiệu quả는 긍정적 결과의 의미인 '효과', hậu quả는 부정적 결과를 의미하며, kết quả는 일반적인 결과를 표현할 때 사용해요.

---

cư dân

주민, 거주자

Cư dân khu vực tôi ở luôn tôn trọng lẫn nhau và tuân thủ các quy định chung.
우리 동네 주민들은 항상 서로 존중하면서 공동의 원칙을 준수해요.

유 người dân 주민, 거주민

---

chế độ quân chủ lập hiến

입헌 군주제

Brunei là quốc gia theo **chế độ quân chủ lập hiến**.
브루나이는 입헌 군주제를 따르는 국가예요.

---

chính đảng

정당

Đại biểu quốc hội đó không thuộc **chính đảng** nào cả.
그 국회 의원은 어느 정당에도 속해 있지 않아요.

참 đảng cầm quyền 집권당, 여당

chính phủ

정부

Chính phủ vừa thông qua Luật bảo hiểm sửa đổi và sẽ áp dụng vào tháng 1 năm sau.

정부가 개정 보험법을 승인하였고 내년 1월부터 적용할 것이에요.

---

chính trị

정치

Phụ nữ thế giới vẫn đang đấu tranh cho bình đẳng giới trong hoạt động chính trị.

세계의 여성들은 정치 활동에서 여전히 성 평등을 위한 투쟁 중이에요.

참 chính sách 정책

---

chủ tịch

주석

Người Việt Nam gọi chủ tịch Hồ Chí Minh bằng cái tên thân thiết là 'Bác Hồ'.

베트남 사람은 호찌민 주석을 친근하게 '박호(호 아저씨)'라고 불러요.

đại biểu quốc hội

국회 의원

Bà ấy đã từng là đại biểu quốc hội và gần đây được bổ nhiệm chức Phó thủ tướng.

그 여성은 국회 의원을 지냈고, 최근 부총리로 임명되었어요.

đấu tranh

(~위해) 싸우다, 투쟁하다

Người lao động vẫn đang phải đấu tranh cho quyền lợi lao động.

노동자들은 여전히 노동권을 위해 투쟁해야 해요.

유 tranh đấu 싸우다, 투쟁하다

hạ viện

 명

하원

Dự thảo luật đó đang được **hạ viện** thảo luận.

그 법안은 하원에서 검토되고 있어요.

참 thượng viện 상원

🔍 베트남은 상원, 하원 구분이 없고 국회라는 조직으로 존재해요.

Hiến pháp

 명

헌법

Trong một số trường hợp, **Hiến pháp** Việt Nam cho phép công dân Việt Nam có hai quốc tịch.

몇몇 경우 베트남 헌법에서는 베트남 국민에 대한 복수 국적을 허용해요.

참 luật dân sự 민법 | luật hình sự 형법

---

hiệp ước

 명

협정

Các quốc gia luôn tích cực ủng hộ và thực hiện **hiệp ước** không phổ biến vũ khí hạt nhân.

각 국가들은 핵 확산 방지 협정을 늘 적극적으로 지지하고 시행해요.

참 điều ước 조약

---

mâu thuẫn

 명

모순, 갈등

Nhà báo đó đã tìm ra nhiều **mâu thuẫn** trong bộ luật mới đề xuất.

그 기자는 새로 발의된 법안의 많은 모순(점)을 찾았어요.

---

ngoại giao

 명

외교

Quan hệ **ngoại giao** của hai nước được cải thiện và hoạt động thương mại cũng được mở rộng hơn.

양국의 외교 관계가 조금 안정되면서 무역 교류도 확대되었어요.

nhà độc tài

독재자

Trong quá khứ, người dân phải chịu nhiều áp bức dưới ách thống trị của **nhà độc tài**.

과거에 사람들은 독재자의 통치 아래 많은 탄압을 견뎌야만 했어요.

---

quân đội

군대

Em họ tôi đã nhập ngũ vào **quân đội** tháng 6 vừa rồi.

지난 6월에 우리 사촌 동생이 군대에 입대했어요.

참 hải quân 해군 l lục quân 육군 l không quân 공군

---

quận

(도시 내의) 구

Thư viện thiếu nhi của **quận** cung cấp nhiều đầu sách đa dạng và dịch vụ phúc lợi hữu ích.

구립 어린이 도서관에서 다양한 책과 유익한 복지 서비스를 제공하고 있어요.

---

quốc ca

국가

Tên bài **Quốc ca** của Việt Nam là "Tiến quân ca" do nhạc sĩ Văn Cao sáng tác.

베트남의 국가는 반 까오가 작곡한 "진군가"예요.

---

quốc gia

(통치 주체로서의) 국가

Phần Lan nằm trong top đầu các **quốc gia** hạnh phúc nhất thế giới.

핀란드는 세계에서 가장 행복한 국가들 중 상위권에 있어요.

유 nhà nước 나라

🔍 '상위권', '상위의' 표현은 영어 top을 이용해서 top đầu 혹은 tốp đầu라고 써요.

quốc hội

국회

Quốc hội nước Cộng hoà xã hội chủ nghĩa Việt Nam là cơ quan đại biểu cao nhất của nhân dân Việt Nam.

베트남 사회주의 공화국의 국회는 베트남 인민의 최고 대표 기관이에요.

---

quyền lực

권력, 힘

Hiến pháp Việt Nam nêu rõ quyền lực của Nhà nước bắt nguồn từ nhân dân.

베트남 헌법은 국가의 권력은 인민으로부터 비롯된다고 규정해요.

참 quyền lợi 권리

---

thành phố

도시

Dự báo dân số của Thành phố Hồ Chí Minh vào năm tới sẽ vượt trên 10 triệu người.

내년에 호찌민시의 인구가 1천만 명을 넘을 것으로 예상돼요.

참 tỉnh (행정 단위) 도, 성 ➡ p.358

---

thăm dò dư luận

여론 조사

Theo một cuộc thăm dò dư luận gần đây, độ tín nhiệm của tổng thống đã bị sụt giảm.

최근 여론 조사에 따르면 대통령의 지지율이 하락했어요.

---

thủ đô

명

수도

Hà Nội là thủ đô của Việt Nam.

하노이는 베트남의 수도입니다.

참 thành phố 도시 | đô thị 도시

tiền trợ cấp
명
수당, 보조금

Chính phủ đã dừng hỗ trợ **tiền trợ cấp** cho người cao tuổi.
정부는 노인들에 대한 보조금 지급을 중단했어요.

toà thị chính
명
시청

Trang instagram của **Toà thị chính** thành phố Seoul luôn cập nhật thông tin của thành phố nhanh chóng.
서울시청의 인스타그램은 시의 소식을 항상 빠르게 업데이트 해요.

toàn cầu hoá
동
세계화하다

Các trường đại học Việt Nam cũng bắt đầu cải cách theo xu hướng **toàn cầu hoá**.
베트남 대학들도 세계화의 추세에 따라 개혁하기 시작했어요.

tổng thống
명
대통령

Ai là **tổng thống** đầu tiên của Hàn Quốc?
한국의 초대 대통령은 누구입니까?

참 thủ tướng 총리

ứng cử viên
명
후보, 지원자

Anh ta được chỉ định làm **ứng cử viên** Chủ tịch Hội Sinh viên.
그는 학생회장 후보로 지명되었어요.

1 다음 빈칸에 알맞은 단어를 아래에서 골라 쓰세요

chủ tịch	ứng cử viên	quân đội	cuộc bầu cử	quốc ca

(1) Cô ấy đã khóc khi _____ Việt Nam vang lên.

(2) Đây là _____ có đông người bỏ phiếu nhất mà tôi từng biết.

(3) _____ thành phố Hà Nội luôn ủng hộ việc xây dựng thêm nhiều công viên trong thành phố.

(4) Hiện tại, các _____ tổng thống đang tích cực vận động cử tri bỏ phiếu cho mình.

2 다음 괄호 안의 표현 중 알맞은 것을 골라 문장을 완성하세요.

(1) Hồ Chí Minh từng nói 'Ai sinh ra cũng có (quyền bình đẳng / quyền lực).

(2) (Công dân / Tổng thống) là người lãnh đạo có quyền cao nhất trong một quốc gia.

(3) (Toàn cầu hoá / Chế độ quân chủ) là xu thế chung của tất cả các nước trên thế giới hiện nay.

3 다음 설명이 의미하고 있는 단어를 아래에서 골라 쓰세요.

Hiến pháp	quân đội	ứng cử viên

(1) Một người có đủ điều kiện để có được một vị trí hoặc địa vị trong một cuộc bầu cử. _____

(2) Luật cơ bản trên cơ sở hệ thống quản trị quốc gia và đảm bảo các quyền cơ bản. _____

(3) Một tổ chức vũ trang công cộng chịu trách nhiệm bảo vệ hoặc chiến đấu của một quốc gia. _____

---

chuyển tiền

이체시키다

Mình **chuyển tiền** mừng đám cưới vào tài khoản ngân hàng của bạn được không?

내가 결혼 축의금을 네 계좌로 이체해도 될까?

참 sổ tài khoản 통장

---

chứng minh thư

신분증

Tôi phải làm lại **chứng minh thư** vì bị mất.

나는 신분증을 잃어버렸기 때문에 반드시 다시 만들어야 해요.

유 chứng minh nhân dân 주민 등록증

---

giấy xác nhận thu nhập

소득 증명 서류

Khi xin visa du lịch Hàn Quốc, người Việt Nam phải nộp **giấy xác nhận thu nhập** cá nhân.

한국 관광 비자를 받을 때, 베트남 사람은 반드시 개인 소득 증명 서류를 제출해야 해요.

---

kí tên

서명하다

Trước khi **kí tên** vào một bản hợp đồng, bạn phải luôn luôn đọc thật kĩ các điều khoản.

계약서에 서명하기 전에 항상 조항들을 꼼꼼하게 읽어야 해요.

---

lãi suất

이자

Anh ấy đã vay tín dụng 10 triệu won với **lãi suất** cao.

그는 높은 이자로 천만 원을 신용 대출받았어요.

---

máy rút tiền tự động
명
현금 인출기

Máy rút tiền tự động bị lỗi nên tôi không thể rút được tiền.

현금 인출기가 고장이 나서 나는 돈을 찾을 수 없었어요.

 cây ATM 현금 인출기

---

mở tài khoản
동
계좌를 만들다

Phải có chứng minh thư thì mới **mở tài khoản** ở ngân hàng được.

반드시 신분증이 있어야만 은행에서 계좌를 만들 수 있어요.

참 ngừng giao dịch tài khoản 계좌를 정지하다 | đóng tài khoản 계좌를 닫다

---

mức sống
명
생활 수준

Sự chênh lệch về **mức sống** giữa nông thôn và thành thị tại Việt Nam ngày càng gia tăng.

베트남 도시와 농촌의 생활 수준 격차가 점점 벌어지고 있어요.

 mức sinh hoạt 생활 수준

---

nộp tiền
동
입금하다

30 phút sau khi **nộp tiền** vào tài khoản, sách đã được chuyển đến tận tay người nhận.

입금한 지 30분 후 받는 사람에게 책이 바로 배달되었어요.

---

ngân hàng
명
은행

Hôm nay tôi sẽ ra **ngân hàng** để đổi tiền đô la.

오늘 달러를 환전하기 위해 은행에 갈 거예요.

 đổi tiền 환전하다

ngân phiếu

수표

A Quý khách muốn đổi 1 triệu won sang tiền mặt hay **ngân phiếu** ạ?

고객님, 백만 원을 현금으로 바꿔 드릴까요, 아니면 수표로 바꿔 드릴까요?

B Cho tôi đổi tiền sang tiền mặt nhé.

현금으로 바꿔 주세요.

[참] tiền mặt 현금 ➡ p.171

ngoại hối
명
외환

Thị trường **ngoại hối** là một thị trường có giá trị giao dịch hàng ngày lớn nhất thế giới.

외환 시장은 세계에서 일 평균 거래 대금이 가장 큰 시장이에요.

[참] ngoại tệ 외화 | tỉ giá hối đoái 환율

rút tiền
동
돈을 인출하다

Trước Tết, tất cả mọi người đều đi **rút tiền** để mua sắm Tết.

설날 전에 모든 사람들이 설날 쇼핑을 위해 돈을 인출하러 가요.

tài khoản ngân hàng
명
은행 계좌

Bạn cho mình số **tài khoản ngân hàng** trước 3 giờ chiều nay nhé.

오늘 오후 3시 전까지 은행 계좌 번호를 알려 줘.

thẻ ngân hàng

은행 카드

Mẹ tôi làm mất **thẻ ngân hàng** khi đi siêu thị.

나의 어머니가 마트에 갈 때 은행 카드를 잃어버렸어요.

[참] thẻ thanh toán 직불 카드 | thẻ ATM ATM 카드 | thẻ tin dụng 신용 카드

🔎 베트남에서는 은행 카드가 한국의 신용 카드, 체크 카드, 입출금 카드 등을 모두 포함하는 의미로 현재까지 사용이 되고 있어요.

thua lỗ

명

적자

Mảng mĩ phẩm của công ti đó bị **thua lỗ** suốt 6 tháng nay.

그 회사의 화장품 사업이 최근 6개월 동안 연속 적자를 냈어요.

유 thâm hụt 적자

반 có lãi 흑자

---

tiền

명

돈

Cô ấy đã phải vất vả đi làm kiếm **tiền** từ khi 20 tuổi.

그녀는 20살 때부터 돈을 벌기 위해 힘들게 일해야만 했어요.

참 tiền tệ 화폐, 통화

---

tiền lẻ

명

잔돈

Tôi đã trả tờ 50.000 won vì không có **tiền lẻ**.

잔돈이 없어서 5만 원짜리 지폐를 냈어요.

유 tiền thối lại 잔돈, 거스름돈

반 tiền chẵn 고액권

---

tiết kiệm

명 동

절약(하다)

Sau khi kết hôn, anh ấy biết **tiết kiệm** tiền hơn trước.

결혼한 후 그는 전보다 돈을 더 절약할 줄 알게 되었어요.

반 lãng phí 낭비하다

---

vay

동

대출을 받다

Lãi suất ngân hàng giảm nên việc **vay** tiền trở nên dễ dàng hơn.

은행 금리가 내려서 대출 받기가 조금 수월해졌어요.

1   다음 빈칸에 알맞은 단어를 아래에서 골라 쓰세요.

| máy rút tiền tự động | thẻ ngân hàng | đổi tiền |

(1) Anh ấy muốn _____ từ đô la sang tiền Việt.

(2) Làm ơn cho hỏi _____ gần nhất ở đâu ạ?

(3) Tôi để quên _____ ở nhà nên bây giờ không thể thanh toán tiền ở siêu thị được.

2   다음 반의어끼리 연결하세요.

(1) tiền chẵn   •   •   ① lãng phí

(2) tiết kiệm   •   •   ② tiền mặt

(3) thua lỗ   •   •   ③ có lãi

(4) thẻ ngân hàng   •   •   ④ tiền lẻ

3   다음 질문에 알맞은 답을 고르세요.

(1) Hôm nay, một đô la đổi được bao nhiêu tiền Việt ạ?
    ① 23.000 đồng.
    ② Tỉ giá hôm nay không cao lắm.
    ③ 23.000 đô la.
    ④ Tỉ giá giống hôm qua.

(2) Chào chị, tôi phải mang theo giấy tờ gì để xin giấy xác nhận thu nhập ạ?
    ① Chứng minh thư của tôi hết hạn rồi.
    ② Tôi để quên chứng minh thư ở nhà.
    ③ Anh chỉ cần mang theo chứng minh thư là được.
    ④ Anh nhớ kí tên vào giấy này nhé.

3 기업·금융
Doanh nghiệp · Tài chính

🎵 MP3 **10-03**

---

cổ phiếu
명
주식

Tôi ưu tiên chọn gửi tiền tiết kiệm hơn là đầu tư **cổ phiếu**.

나는 주식에 투자하는 것보다 적금을 더 선호해요.

유 cổ phần 주식
참 chứng khoán 증권

---

công nghiệp
명
산업

Các doanh nghiệp tích cực cải cách để thích nghi với cách mạng **công nghiệp** lần thứ 4.

기업들이 4차 산업 혁명에 적용하기 위해 적극적으로 개선을 추진하고 있어요.

참 cách mạng công nghiệp 산업 혁명

---

chi tiêu
동
지출하다

Tôi đã phải **chi tiêu** tiền riêng của mình trong chuyến công tác lần này.

나는 이번 출장에서 사비를 지출해야 했어요.

유 chi 지출하다

---

doanh nghiệp
명
기업, 회사

Hoạt động của **doanh nghiệp** nhà nước trong 5 năm qua không hiệu quả.

지난 5년간 국영 기업들의 활동이 효과적이지 않았어요.

참 doanh nghiệp nhà nước 국영 기업

đàm phán
동
협상하다

Hai bên đang **đàm phán** về vấn đề chuyển giao công nghệ.

양측이 기술 이전에 관한 문제를 협상하고 있어요.

đầu tư

투자하다

Công ti Hàn Quốc **đầu tư** vào Việt Nam đạt nhiều thành tích doanh thu khả quan.

베트남에 투자한 한국 기업들이 긍정적인 매출 실적을 달성했어요.

참 doanh thu 매출, 수입

giá thành

원가

Giá thành của sản phẩm này cao hơn suy nghĩ của tôi.

이 제품의 원가는 내 생각보다 더 높아요.

giao dịch

거래하다, 교역하다

Dạo này người tiêu dùng thích sử dụng giao dịch trực tuyến hơn **giao dịch** truyền thống.

요즘 소비자들은 기존 전통 거래보다 온라인으로 거래하는 것을 더 선호해요.

참 phòng giao dịch 거래소

kinh tế

경제

Chính sách **kinh tế** của chính phủ đã phát huy hiệu quả khả quan.

정부의 경제 정책이 긍정적인 효과를 발휘했어요.

lợi nhuận

이익, 이윤

Lợi nhuận kinh doanh của nhà hàng liên tục tăng.

식당의 경영 이익이 지속적으로 상승하고 있어요.

lưu thông

명
유통

Dịch vụ vận tải đóng vai trò quan trọng trong **lưu thông** hàng hoá.

운송 서비스는 상품 유통에서 중요한 역할을 하고 있어요.

참 phân phối 분배

---

nợ

명
빚, 부채

Ông ấy có nhiều khoản **nợ** cần phải thanh toán trước tháng 12.

그는 12월까지 청산해야 할 빚이 많아요.

---

ngân sách

명
예산

Anh ấy làm việc ở bộ phận quản lí **ngân sách** của công ti.

그는 회사 예산을 관리하는 부서에서 일을 해요.

---

nhập khẩu

동
수입하다

Hiện tại Việt Nam **nhập khẩu** rất nhiều mĩ phẩm từ Hàn Quốc.

현재 베트남은 한국에서 많은 화장품을 수입하고 있어요.

반 xuất khẩu 수출하다

---

phát triển

동
발전시키다

Công ti đã **phát triển** các công nghệ mới để tăng sản lượng.

그 기업은 신기술을 발전시켜 생산량을 증가시켰어요.

sàn giao dịch chứng khoán

 명

증권 거래소

Vì công ti đó vi phạm quy định của **sàn giao dịch chứng khoán** nên đã bị rút ra khỏi sàn giao dịch này.

그 회사가 증권 거래소 규정을 위반했기 때문에 해당 거래소에서 퇴출되었어요.

---

sản xuất

 동

제조하다, 제작하다

Gần đây Việt Nam đã bắt đầu trực tiếp **sản xuất** xe hơi trong nước.

최근에 베트남은 국내에서 자동차를 직접 제조하기 시작했어요.

참 sản phẩm 생산품

---

sáp nhập

 동

합병하다

Công ti A và công ti B **sáp nhập** trở thành tập đoàn C.

A 회사와 B 회사는 합병하여 C 그룹이 되었어요.

유 hợp nhất 합병하다, 합일하다

(sự) lạm phát

 명

인플레이션

Chính phủ Việt Nam đưa ra bảy giải pháp để chống **lạm phát** kinh tế hiện tại.

베트남 정부는 현재 경제 인플레이션을 방지하기 위한 7가지 조치를 제시하고 있어요.

반 (sự) giảm lạm phát 디플레이션

---

tài sản

 명

재산, 자산

Tài sản của anh ấy tăng gấp đôi nhờ bất động sản.

그의 재산은 부동산으로 인해 두 배 늘어났어요.

tăng trưởng

성장하다

Sự **tăng trưởng** kinh tế tạo nhiều cơ hội việc làm cho người lao động trẻ.

경제 성장이 젊은 근로자들에게 많은 취업 기회를 제공해요.

🔍 앞에 sự를 써서 sự **tăng trưởng**으로 쓰면 명사가 돼요.

---

tiền thuế

세금

Giá sản phẩm này đã bao gồm 10% **tiền thuế**.

이 상품의 가격은 10% 세금을 포함해요.

---

tiêu dùng

소비하다

Do vấn đề an toàn thực phẩm nên mức **tiêu dùng** sữa bột trong tháng này giảm mạnh.

식품 안전 문제로 이번 달 분유 소비가 대폭 줄어들었어요.

참 **lãng phí** 낭비하다

🔍 앞에 sự를 써서 sự **tiêu dùng**으로 쓰면 명사가 돼요.

---

tổng doanh thu

총 매출액

Mảng dịch vụ chiếm khoảng 30% **tổng doanh thu** của tập đoàn Apple.

서비스 분야는 애플의 총 매출액의 약 30%를 차지하고 있어요.

---

vốn

자본

Tổng **vốn** đầu tư cho dự án bệnh viện này lên đến một tỉ đô la.

본 병원 사업의 총 투자 자본금은 10억 달러에 달했어요.

참 **rút vốn** 자본을 회수하다

1 다음 단어와 의미를 연결하세요.

(1) sản xuất •

• ① Tổ chức kinh tế có tên, có tài sản và giấy phép kinh doanh.

(2) cổ phiếu •

• ② Hoạt động chủ yếu của con người để làm ra các loại sản phẩm.

(3) doanh nghiệp •

• ③ Số tiền hoặc tài sản phải hoàn trả bao gồm gốc, lãi và các chi phí khác.

(4) nợ •

• ④ Giấy chứng nhận số tiền mà nhà đầu tư đóng góp vào công ti phát hành.

2 다음 중 반의어끼리 짝지어지지 <u>않은</u> 것을 고르세요.

① xuất khẩu — nhập khẩu
② nợ — tài sản
③ phát triển — tăng trưởng
④ đầu tư — rút vốn
⑤ thua lỗ — lợi nhuận

3 다음 빈칸에 알맞은 단어를 아래에서 골라 쓰세요.

| tiền thuế | lạm phát | lưu thông | tổng doanh thu |

(1) _____ thu nhập cá nhân ở Việt Nam khoảng 10%.

(2) Nếu tình trạng _____ không được cải thiện thì cuộc sống của người dân sẽ ngày càng trở nên khó khăn hơn.

(3) Do dịch COVID-19 lan rộng nên _____ khẩu trang đã tăng mạnh trong quý 1 năm 2020.

(4) _____ hàng hoá là hoạt động trưng bày, khuyến mại, vận chuyển và lưu giữ hàng hoá trong quá trình mua bán hàng hoá.

bộ phận

부서

Công ti này đã sáp nhập 3 **bộ phận** thành 1 **bộ phận**.

이 회사는 세 개의 부서를 하나로 통합했어요.

유 **phòng ban** 부서
참 **phòng nhân sự** 인사부 | **phòng kinh doanh** 마케팅부 |
phòng truyền thông 홍보부

---

công đoàn

노동조합

Tôi mới tham gia **công đoàn** của công ti mình.

나는 회사의 노동조합에 막 가입했어요.

---

công ti cổ phần

주식회사

Công ti cổ phần này đã phát triển từ một công ti nhỏ.

이 주식회사는 작은 회사에서 발전했어요.

참 **công ti trách nhiệm hữu hạn** 유한 책임 회사

---

cuộc họp
명
회의, 미팅

Từ ba giờ có **cuộc họp**.

3시부터 회의가 있습니다.

🔍 명사 cuộc họp의 cuộc을 생략하면 동사 họp(모이다, 집합하다)
이 돼요.

---

doanh nghiệp xã hội

사회적 기업

Để ổn định việc làm cho người khuyết tật, chính phủ đã công bố kế hoạch hỗ trợ các **doanh nghiệp xã hội**.

장애인 고용 안정을 위해 정부는 사회적 기업 지원 방안을 발표 했어요.

đào tạo nghề
명
직업 교육

Công ti đó có nhiều chương trình **đào tạo nghề** cho người lao động.
그 회사는 노동자를 위한 직업 교육 프로그램이 많이 있어요.

유 dạy nghề 직업 교육
참 chương trình 프로그램

đình công
동
파업하다

Từ hôm nay, nhà máy không hoạt động sản xuất vì **đình công**.
오늘부터 파업으로 공장이 생산 활동을 하지 않아요.

참 hoạt động sản xuất 생산 활동(을) 하다

đồng nghiệp
명
동료

Cô ấy không hề hoà đồng với những **đồng nghiệp** trong công ti.
그녀는 직장 동료들과 전혀 어울리지 않아요.

참 người tiền nhiệm 선임자 | người kế nhiệm 후임자

đuổi việc
동
해고하다

Ban giám đốc đã **đuổi việc** 100 công nhân.
경영진은 100명의 노동자들을 해고했어요.

유 sa thải 해고하다
반 tuyển lao động 고용하다
참 ban lãnh đạo doanh nghiệp 경영진

---

hợp đồng lao động
명
노동 계약

Hợp đồng lao động này được soạn thành hai bản có hiệu lực như nhau.
이 노동 계약은 2부로 작성되어 같은 효력을 가져요.

참 kí hợp đồng 계약하다

làm việc

 동

일하다

Cô ấy **làm việc** ở một công ti lớn nhất Việt Nam.

그녀는 베트남에서 가장 큰 회사에서 일해요.

참 việc làm 일, 일자리 | làm thêm 아르바이트하다

---

lí lịch

 명

이력서

Tôi đã nộp **lí lịch** của mình vào công ti điện lực ABC.

나는 ABC 전기 회사에 이력서를 냈어요.

🔍 Công ti điện cơ는 전기 장비 공급 또는 전기 시설 수리 및 공사를 전문으로 하는 기업이고, Công ti điện lực은 우리나라의 한국전력공사와 같은 의미로 사용돼요.

---

lương hưu

 명

연금

Hàng tháng, cô ấy nhận được khoảng gần 1 triệu won tiền **lương hưu**.

매달 그녀는 약 100만 원의 연금을 받고 있어요.

참 tiền trợ cấp thôi việc 퇴직금

---

người bán hàng

명

상인, 판매원

Người bán hàng trả lời khách hàng rất vui vẻ.

판매원이 고객에게 환하게 대답해요.

참 tư vấn 상담하다

---

người lao động

 명

피고용자, 노동자

Hiện tại, công ti ABC có hơn 100 **người lao động**.

현재 ABC 회사의 피고용자 수는 100명이 넘어요.

유 nhân viên 직원, 사원 ➡ p.343

người thất nghiệp

실직자

Vì kinh tế khủng hoảng nên **người thất nghiệp** đang tăng lên.

경기 불황으로 실직자가 급증하고 있어요.

참 thất nghiệp 실직하다

người tìm việc

구직자

Anh ấy thường giới thiệu chỗ làm cho **người tìm việc**.

그는 보통 구직자에게 직장을 소개해요.

참 tìm việc 구직하다

người tuyển dụng

고용인

Người tuyển dụng của công ti đó có nhiều kinh nghiệm như đi du học, tham gia hoạt động tình nguyện và hoạt động câu lạc bộ v.v.

그 회사의 고용인은 유학, 봉사 활동, 동아리 활동과 같은 많은 경험이 있어요.

참 nhà tài trợ 후원자 | v. v 등등, 기타 (vân vân의 줄임말)

nghề nghiệp

직업

Trên thế giới có nhiều **nghề nghiệp** đa dạng.

세상에는 다양한 직업이 있어요.

nhân lực

인력

Dự án đó đang gặp khó khăn do thiếu **nhân lực** tay nghề cao.

그 사업은 전문 인력의 부족으로 인해 어려움을 겪고 있어요.

유 sức người 인력

참 tay nghề cao 숙련된, 전문성이 높은

🔎 sức người은 사람의 신체적 힘 또는 그 힘의 사용에 대한 의미이고, nhân lực은 지식과 같은 능력에 대한 힘에 대해 말할 때 사용해요.

nhân viên
명
직원

Nhân viên công ti sẽ được giảm giá 20% khi mua sản phẩm này.

회사의 직원들은 이 상품을 구매할 때 20% 할인을 받아요.

참 nhân viên phục vụ 종업원 ➡ p.144

---

phụ trách
동
~을/를 맡다

Anh trai tôi đang **phụ trách** bộ phận marketing.

내 형/오빠는 마케팅 부서를 담당하고 있어요.

참 đảm nhiệm 담당하다

---

quỹ hỗ trợ công
명
공적 지원 자금

Đạo luật **quỹ hỗ trợ công** dành cho các chủ doanh nghiệp nhỏ bị thiệt hại do cơn bão đã được thông qua.

태풍으로 피해를 입은 소상공인을 위한 공적 지원 자금 법안이 통과되었어요.

---

thăng chức
동
승진하다, 진급하다

Anh ấy **thăng chức** trước tôi.

그는 나보다 먼저 승진했어요.

 bị hại cấp 강등되다(= bị giáng chức)

---

thư tiến cử
명
추천장

Tôi đã gửi đính kèm một lá **thư tiến cử**.

나는 추천장을 첨부하여 보냈어요.

유 thư giới thiệu 추천장
참 tiến cử 추천하다

tiền lương

월급, 봉급

Chị gái tôi tiết kiệm 20% **tiền lương** mỗi tháng.
내 누나/언니는 매달 월급의 20%를 저축해요.

유 **lương tháng** 월급
참 **lương năm** 연봉

---

tuyển
동
고용하다

Công ti đó **tuyển** nhiều nhân viên có kinh nghiệm hơn nhân viên mới.
그 회사는 신입 사원보다 경력 사원을 더 많이 고용해요.

유 **tuyển lao động** 고용하다

---

từ chức

사임(하다), 사직(하다)

Có tin đồn rằng ông ấy sắp **từ chức**.
그 사람이 곧 사직한다는 소문이 있어요.

유 **từ nhiệm** 사임(하다), 사직(하다)
참 **có tin đồn rằng ~** (이)라는 소문(이 있다)

---

về hưu
동
은퇴하다, 퇴직하다

Năm ngoái, bố mẹ tôi đều đã **về hưu**.
작년에 저희 부모님은 모두 은퇴하셨습니다.

유 **nghỉ hưu** 은퇴하다, 퇴직하다
참 **sự về hưu** 은퇴, 퇴직
🔍 동사 về hưu와 nghỉ hưu 앞에 sự를 붙여 sự về hưu, sự nghỉ hưu로 쓰면 명사가 돼요. '은퇴', '퇴직'의 의미예요.

---

việc làm thêm
명
아르바이트,
파트타임 일

Trước khi kì nghỉ đến, nhiều sinh viên thường tìm **việc làm thêm**.
방학이 오기 전에 많은 대학생들이 보통 아르바이트를 찾아요.

반 **làm việc cả ngày** 전일제

1 다음 괄호 안의 표현 중 알맞은 것을 골라 문장을 완성하세요.

(1) Mặc dù rất cố gắng nhưng em ấy vẫn thi trượt (phỏng vấn / phòng phỏng vấn).

(2) Vì làm việc rất chăm chỉ nên anh ấy đã được (công chức / thăng chức) trước thời hạn.

(3) Sau khi (về hưu / về công ti), bố mẹ đã dành nhiều thời gian để đi du lịch với nhau.

(4) Lãnh đạo doanh nghiệp thường tăng (tiền lương / việc làm thêm) cho nhân viên có thành tích làm việc xuất sắc.

2 다음 빈칸에 알맞은 단어를 아래에서 골라 쓰세요.

phụ trách	thất nghiệp	nhân sự
đồng nghiệp	làm thêm	thư giới thiệu

(1) Ở công ti tôi, mỗi người _____ một công việc khác nhau.

(2) Giám đốc đã giao cho anh ấy làm trưởng phòng _____ của công ti tôi.

(3) _____ cũng là cách để sinh viên tích lũy thêm kinh nghiệm trước khi tốt nghiệp.

(4) Sinh viên của tôi đã nhờ tôi viết _____ để hoàn tất hồ sơ du học ở Hàn Quốc.

(5) Bạn nên tích cực hỏi _____ nếu bạn chưa biết rõ về công việc của mình khi mới vào công ti.

(6) Hiện nay, chính phủ Việt Nam có nhiều chính sách hỗ trợ doanh nghiệp vừa và nhỏ để giảm tỉ lệ _____.

🎵 MP3 **10-05**

---

bạo hành

🔴 동

폭행하다

Nhiều người chịu đau đớn vì thường xuyên bị **bạo hành** gia đình.

상습적인 가정 폭력으로 많은 사람들이 고통받아요.

참 bạo hành gia đình 가정 폭력

---

bắt cóc

🔴 동

납치하다

Nhóm khủng bố **bắt cóc** khách du lịch và yêu cầu chính phủ trả số tiền chuộc khổng lồ.

테러 단체가 관광객을 납치하여 정부에 거액의 몸값을 요구했어요.

참 giam cầm 감금하다

---

bắt giữ

🔴 동

체포하다

Một người tù vượt ngục cuối cùng đã bị **bắt giữ** ở thành phố Busan.

탈옥수는 결국 부산에서 체포됐어요.

참 tù vượt ngục 탈옥수

---

bị can

🔴 명

피의자

Cảnh sát đã thành công trong việc bắt giữ **bị can** đó.

경찰은 그 피의자를 검거하는 데 성공했어요.

참 thủ phạm 가해자, 범죄자, 주범(=hung thủ) l nghi phạm 구속된 피의자 l nghi can 용의자(=đối tượng tình nghi, người bị tình nghi) l phạm nhân 범인, 범죄인(=tù nhân) ➡ p.350

---

buôn lậu

🔴 명

밀수

Gần đây, nạn **buôn lậu** ma tuý qua đường hàng không ngày càng tăng.

최근 항공편을 이용한 마약 밀수가 계속 증가하고 있어요.

참 buôn lậu ma tuý 마약 밀수

---

có tội

유죄

Kiểm sát viên đã có chứng cứ cụ thể rằng anh ấy là người **có tội**.

검찰은 그가 유죄라는 구체적인 증거를 갖고 있었어요.

[반] vô tội 무죄
[참] kiểm sát viên 검찰

điều tra

조사하다

Cuộc **điều tra** gặp khó khăn vì nghi can sử dụng quyền im lặng.

묵비권을 행사하는 용의자로 인해 조사에 난항을 겪고 있어요.

[참] quyền im lặng 묵비권

---

gây tai nạn rồi bỏ trốn

뺑소니

Cảnh sát đang tìm kiếm các nhân chứng của vụ việc **gây tai nạn rồi bỏ trốn** xảy ra đêm qua.

경찰은 지난밤에 일어난 뺑소니 사고의 목격자를 찾고 있어요.

[참] nhân chứng 목격자 | đào tẩu 도망치다 | tội phạm vị thanh niên 미성년 범죄

---

giam giữ

수감하다

Cảnh sát đã bắt giữ khẩn cấp phạm nhân ngay tại hiện trường vụ án và **giam giữ** tại trại tạm giam.

경찰은 바로 현장에서 범인을 긴급 체포하여 구치소에 수감시켰어요.

[참] bắt giam 구속하다 | trại tạm giam 구치소(= phòng tạm giam) | bị tù giam 수감되다(= bị đi tù, chịu án tù giam)

---

giám sát

보호 관찰

Anh ấy được phóng thích khỏi nhà tù nhưng lại thuộc đối tượng chịu **giám sát** trong 5 năm.

그는 가석방되었지만 향후 5년간 보호 관찰 대상이에요.

[참] phóng thích khỏi nhà tù 가석방되다

---

giết người

살인

Thủ phạm của vụ **giết người** là cụ ông 70 tuổi đã gây sốc cho xã hội.

살인 사건의 범인이 70대 노인으로 밝혀져 사회에 충격을 줬어요.

유 sát nhân 살인
참 xúi giục giết người 살인 교사 | giết người không thành 살인 미수

hiện trường vụ án

범죄 현장

Cảnh sát không thể tìm thấy bất kì manh mối nào do **hiện trường vụ án** được dọn dẹp sạch sẽ.

깨끗이 정리된 범죄 현장에서 범인의 단서를 찾을 수 없었어요.

참 manh mối 단서

khởi kiện

고소하다

Ca sĩ ấy **khởi kiện** những người đã liên tục đăng bình luận ác ý về cô trên mạng xã hội.

그 가수는 SNS에서 지속적으로 악플을 단 사람들을 고소했어요.

유 khởi tố 고소하다(= kiện)
참 bình luận ác ý 악플 | người bình luận ác ý 악플러 | kháng cáo 항소하다

lệnh bắt giữ

체포 영장, 구속 영장

Thẩm phán đã phát **lệnh bắt giữ** để bắt tạm giam nghi can của vụ án.

판사는 사건의 용의자를 임시 수감하기 위해 체포 영장을 발부했어요.

참 lệnh khám xét 수색 영장

lục soát

동
수색하다

Cảnh sát đã **lục soát** khắp các núi xung quanh để bắt tên tội phạm bỏ trốn.

경찰은 도망친 범인을 잡기 위해 인근 야산을 수색했어요.

참 thưởng truy nã 현상 수배

lừa đảo

사기 치다

Tôi đã rất ngạc nhiên khi biết rằng một người quen lâu năm đã **lừa đảo** và bỏ trốn.

나는 오래 알고 지낸 사람이 사기를 치고 도주했다는 소식을 듣고 매우 놀랐어요.

참 bỏ trốn 도주하다, 뺑소니(= đào tẩu) | móc túi 소매치기

🔍 bỏ trốn과 đào tẩu는 '도주하다'로 같은 의미예요. gây tai nạn rồi bỏ trốn은 '사고를 일으키고 도주하다'로 즉, '뺑소니'를 의미해요.

---

lừa đảo qua điện thoại

보이스 피싱

Tôi bị **lừa đảo qua điện thoại** nên đã mất toàn bộ tiền tiết kiệm trong hai năm qua.

나는 보이스 피싱을 당해 지난 2년간 저축한 것을 날려 버렸어요.

참 xâm nhập trái phép 무단 침입

---

mất tích

실종되다

Ban quản lí chung cư đã treo tấm băng rôn tìm em bé **mất tích** tại lối vào chung cư.

아파트 관리 사무소에서 아파트 입구에 실종된 아이를 찾는 현수막을 걸었어요.

---

mức phạt

형량

Bị cáo bị kết án tại phiên toà với **mức phạt** cao hơn dự kiến.

재판에서 피고인은 예상보다 높은 형량을 선고받았어요.

유 hình phạt 형량
참 tử hình 사형 | chung thân 무기 징역 (종신형)

---

nguyên đơn

원고

Vụ án này đã phán quyết người thắng kiện là **nguyên đơn**.

이 사건은 원고 승소 판결이 났어요.

참 bị đơn 피고

người bị hại
명
피해자

Người bị hại trong vụ bạo hành hiện đang được điều trị tại bệnh viện.

폭행 사건의 피해자는 현재 병원에서 치료 중이에요.

⊕ nạn nhân 피해자

nhà tù
명
교도소

Anh ấy lại phạm tội chỉ hai tháng sau khi ra khỏi **nhà tù** nên đã bị bắt giam lại.

그는 교도소 출소 후 두 달 만에 다시 범죄를 저질러 재수감되었어요.

⊕ trại giam 교도소

phạm nhân
명
범인

Phạm nhân đó đang được điều trị ở bệnh viện vì bị tai nạn trong lúc ở tù.

그 범인은 감옥에 있는 중에 사고를 당해 병원에서 치료를 받고 있어요.

참 bị can 피의자 ➡ p.346 | bị cáo 피고인

🔍 phạm nhân은 재판에서 유죄 판결을 받고 교도소에서 이미 수감 중인 자를 말해요.

phóng hoả
명
방화

Năm 2008, Sungnyemun - bảo vật số 1 cấp quốc gia của Hàn Quốc ở Seoul đã bị thiêu rụi do **phóng hoả**.

2008년, 한국의 국보 1호 서울 숭례문이 방화로 전소되었어요.

quấy rối tình dục
명
성추행

Có nhiều vụ án **quấy rối tình dục** trên tàu điện ngầm đông người trong giờ cao điểm.

출퇴근 시간대의 혼잡한 지하철에서 성추행 사건이 많이 발생해요.

참 hiếp dâm 강간 (=cưỡng hiếp)

tạm hoãn

동

유예되다

Thi hành án tử hình của tù nhân chính trị đã bị **tạm hoãn** do sự can thiệp của Liên Hợp Quốc.

그 정치범의 사형 집행이 UN의 개입으로 유예되었어요.

참 án tử hình 사형 선고 | sự hoãn thi hành án 집행 유예

---

thủ phạm

명

주범

Cảnh sát đã bắt giữ cả **thủ phạm** và đồng phạm của vụ án.

경찰은 그 사건의 주범과 공범을 모두 체포했어요.

유 hung thủ 범죄자, 가해자
참 đồng phạm 공범

---

trộm cắp

동

훔치다

Anh ấy đã ở tù nhiều năm vì tội **trộm cắp** nhiều lần.

그는 상습 절도로 인해 수년간 감옥살이를 했어요.

유 ăn cắp 훔치다
참 tội trộm cắp 절도 죄 | ăn cướp 강도질하다

---

tự thú

동

자수하다

Phạm nhân đó đã quyết định **tự thú** sau khi gặp lại gia đình mình.

그 범인은 가족을 다시 만난 후에 자수를 결심했어요.

유 ra đầu thú 자수하다

---

xét xử

동

재판하다

Thân nhân của người bị hại ngày càng kiệt sức vì thời gian **xét xử** vụ án kéo dài.

오랜 재판 기간 동안 피해자의 유가족들은 점점 지쳐 갔어요.

유 phán xử 판결하다(= phán quyết)

🔍 xét xử는 재판 과정의 진행을 의미하고, phán xử는 재판 결과를 공포하는 행위를 말해요.

1 다음 괄호 안의 표현 중 알맞은 것을 골라 문장을 완성하세요.

(1) Cô ấy bị toà án kết tội tử hình vì (giết người / lừa đảo).

(2) Trẻ em là đối tượng dễ bị kẻ xấu (buôn lậu / bắt cóc).

(3) Gần đây, kẻ xấu thường sử dụng điện thoại để (lừa đảo qua điện thoại / trộm cắp) tiền trong tài khoản của người cao tuổi.

(4) Toà án đã treo (mức phạt / thưởng truy nã) cho người báo tin về tên tội phạm hiếp dâm ở chung cư ABC.

2 다음 빈칸에 알맞은 단어를 아래에서 골라 쓰세요.

> tội phạm vị thành niên   lệnh bắt giữ   người bị hại

(1) Ở Việt Nam, người phạm tội chưa đủ 16 tuổi thì được gọi là

_____.

(2) _____ sẽ được đền bù trong vụ án đó sau khi toà án kết tội kẻ chủ mưu.

(3) Mặc dù đã có _____ nhưng anh ấy vẫn bỏ trốn sang nước ngoài.

3 다음 글을 읽고 어떤 것에 대한 이야기인지 알맞은 것을 고르세요.

> Đây là một địa điểm du lịch nổi tiếng nằm trên phố Hỏa Lò ở quận Hoàn Kiếm, Hà Nội. Nơi này được Pháp xây dựng vào năm 1896 với mục đích giam giữ những tù nhân chính trị ở miền Bắc và miền Trung của Việt Nam thời bấy giờ. Nơi này được thiết kế xây dựng với cấu trúc bao gồm các bức tường đá cao 4m, dày 0,5m. Tổng diện tích của nơi này khoảng 12.000m^2 nhưng ngày nay chỉ còn lại 2.400m^2 được giữ lại để trở thành khu di tích, phục vụ cho khách tham quan trong và ngoài nước.

① phòng tạm giam   ② nhà tù   ③ toà án   ④ nơi khởi kiện

부록 I

Phụ lục I

- **추가 어휘**
  Từ vựng bổ sung

- **분류사**
  Từ loại

- **속담 · 사자성어**
  Tục ngữ · Thành ngữ

1 숫자 · 사칙 연산 Số · Bốn phép tính cơ bản

(1) 숫자 Số

1	một	21	hai mươi mốt
2	hai	23	hai mươi ba
3	ba	25	hai mươi lăm / nhăm
4	bốn	27	hai mươi bảy
5	năm	29	hai mươi chín
6	sáu	30	ba mươi
7	bảy	40	bốn mươi
8	tám	50	năm mươi
9	chín	60	sáu mươi
10	mười	70	bảy mươi
11	mười một	80	tám mươi
12	mười hai	90	chín mươi
13	mười ba	100	một trăm
14	mười bốn	1.000	một nghìn / ngàn
15	mười lăm	10.000	mười nghìn / ngàn
16	mười sáu	100.000	một trăm nghìn / ngàn
17	mười bảy	1.000.000	một triệu
18	mười tám	10.000.000	mười triệu
19	mười chín	100.000.000	một trăm triệu
20	hai mươi	1.000.000.000	một tỉ

* 우리나라와 달리 천 이상의 수는 세 자리마다 마침표(.)를 사용합니다.
* 남부에서는 nghìn을 ngàn으로 표기합니다.

(2) 사칙 연산 Bốn phép tính cơ bản

+	cộng	×	nhân
−	trừ	÷	chia

* 등호(=)는 là 또는 bằng을 사용하지만 뺄셈과 나눗셈 등호로는 bằng만 사용합니다. 고등학교까지에서는 덧셈과 곱셈의 계산
법을 외우기 위해 là를 사용하나 그 이후로는 bằng을 사용합니다.

덧셈	1 + 1 = 2	một cộng một là / bằng hai
	55 + 9 = 64	năm mươi lăm cộng chín bằng sáu mươi bốn
뺄셈	10 - 1 = 9	mười trừ một bằng chín
	100 - 45 = 55	một trăm trừ bốn mươi lăm bằng năm mươi lăm
곱셈	2 × 1 = 2	hai nhân một là / bằng hai
	32 × 7 = 224	ba mươi hai nhân bảy bằng hai trăm hai mươi bốn
나눗셈	80 ÷ 5 = 16	tám mươi chia năm bằng mười sáu
	96 ÷ 3 = 32	chín mươi sáu chia ba bằng ba mươi hai

숫자 표기 시 주의 사항

① 20~90의 0: mười가 아닌 mươi로 표기.
② 21~91의 1: một이 아닌 mốt으로 표기.
③ 15의 5: năm이 아닌 lăm으로 표기.
④ 25~95의 5: năm이 아닌 lăm 또는 nhăm으로 표기.
⑤ 백 자리 이상의 수에서 십의 자리가 0일 때: linh이나 lẻ를 넣어 표기.
  (예) 101 một trăm linh / lẻ một)
⑥ 천 자리 이상의 수에서 백의 자리가 0일 때: không trăm을 넣어 표기.
  (예) 1015 một nghìn / ngàn không trăm mười lăm)
⑦ 서수: thứ + 기수 (단, 첫 번째는 thứ nhất, 네 번째는 thứ tư로 표기.)
⑧ 분수: 분자 + phần + 분수
  (예) 1/3 một phần ba, 3/75 ba phần bảy lăm / ba phần bảy mươi lăm)

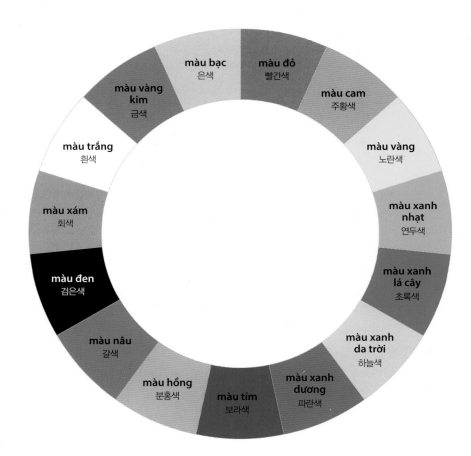

màu bạc
은색

màu đỏ
빨간색

màu vàng kim
금색

màu cam
주황색

màu trắng
흰색

màu vàng
노란색

màu xám
회색

màu xanh nhạt
연두색

màu đen
검은색

màu xanh lá cây
초록색

màu nâu
갈색

màu xanh da trời
하늘색

màu hồng
분홍색

màu tím
보라색

màu xanh dương
파란색

* 연두색은 màu xanh nhạt만으로 색의 특징을 표현할 수 없어서 màu xanh lá mạ(벼 새싹의 색), xanh nõn chuối(바나나 새싹의 색) 등의 표현을 많이 사용합니다.

❸ 요일 · 월 · 계절 · 방위 Ngày trong tuần · Tháng · Mùa · Phương hướng

(1) 요일 Ngày trong tuần

thứ hai	월요일	**thứ ba**	화요일	**thứ tư**	수요일	**thứ năm**	목요일
thứ sáu	금요일	**thứ bảy**	토요일	**chủ nhật**	일요일		

* 일요일을 제외한 요일은 서수를 사용하기 때문에 숫자와 소문자로 표기합니다.

(2) 월 Tháng

tháng một	1월	**tháng hai**	2월	**tháng ba**	3월
tháng tư	4월	**tháng năm**	5월	**tháng sáu**	6월
tháng bảy	7월	**tháng tám**	8월	**tháng chín**	9월
tháng mười	10월	**tháng mười một**	11월	**tháng mười hai**	12월

* 음력 1월은 tháng giêng, 음력 12월은 tháng chạp입니다.

(3) 계절 Mùa

mùa xuân 봄   **mùa hạ / hè** 여름   **mùa thu** 가을   **mùa đông** 겨울

(4) 방위 Phương hướng

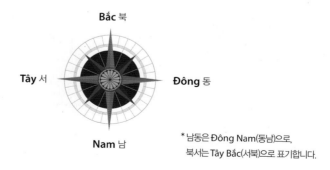

Bắc 북

Tây 서

Đông 동

Nam 남

* 남동은 Đông Nam(동남)으로,
북서는 Tây Bắc(서북)으로 표기합니다.

❹ 날짜 표현 Ngày tháng

(1) 일 관련 표현

hôm kia 그제	hôm qua 어제	hôm nay 오늘	ngày mai 내일	ngày kia 모레

~일 전: 숫자 + ngày trước		~일 후: 숫자 + ngày sau	
2 ngày trước 2일 전	**5 ngày trước** 5일 전	**3 ngày sau** 3일 후	**6 ngày sau** 6일 후

(2) 월 관련 표현

tháng trước 지난 달	tháng này 이번 달	tháng sau / tới 다음 달

~달 전: 숫자 + tháng trước		~달 후: 숫자 + tháng sau	
2 tháng trước 2달 전	**5 tháng trước** 5달 전	**3 tháng sau** 3달 후	**6 tháng sau** 6달 후

❺ 베트남 행정 구역 Đơn vị hành chính Việt Nam

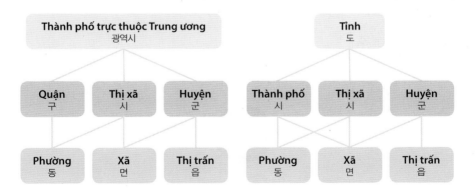

* 광역시에 속하는 thị xã는 베트남 전국에 한 곳만 있는데 Thị xã Sơn Tây – Hà Nội입니다.

6 대양 · 대륙 · 국가 Đại dương · Châu lục · Quốc gia

오대양 육대주 Năm đại dương Sáu châu lục

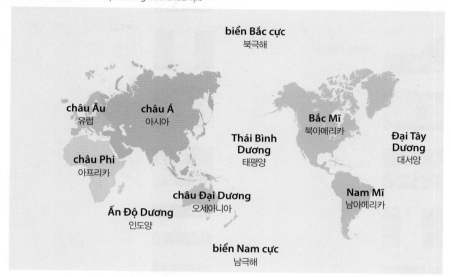

biển Bắc cực
북극해

châu Âu
유럽

châu Á
아시아

Bắc Mĩ
북아메리카

Đại Tây
Dương
대서양

Thái Bình
Dương
태평양

châu Phi
아프리카

châu Đại Dương
오세아니아

Nam Mĩ
남아메리카

Ấn Độ Dương
인도양

biển Nam cực
남극해

(1) 아시아 Châu Á

 Hàn Quốc
한국

 Nhật Bản
일본

 Trung Quốc
중국

 Thái Lan
태국

 Ấn Độ
인도

 Thổ Nhĩ Kì
터키

 Việt Nam
베트남

 Ả Rập Xê-út
사우디아라비아

(2) 유럽 Châu Âu

Đức
독일

Anh
영국

Cộng hoà Séc
체코

Pháp
프랑스

Tây Ban Nha
스페인

Thụy Sĩ
스위스

Thụy Điển
스웨덴

Bồ Đào Nha
포르투갈

Ý
이탈리아

Hà Lan
네덜란드

Na Uy
노르웨이

Thổ Nhĩ Kỳ
터키

(3) 아메리카 Châu Mĩ

Mĩ
미국

Bra-xin
브라질

Ê-cu-a-đo
에콰도르

Ác-hen-ti-na
아르헨티나

* 에콰도르, 아르헨티나는 영어 알파벳 표기를 그대로 사용하기도 합니다.

(4) 오세아니아 Châu Đại Dương

 Niu Di-lân
뉴질랜드

 Úc
오스트레일리아

* 뉴질랜드는 영어 알파벳 표기를 그대로 사용하기도 합니다.

(5) 아프리카 Châu Phi

 An-giê-ri
알제리

 Ai Cập
이집트

 Ma rốc
모로코

 Nước cộng hoà Hồi giáo Mô-ri-ta-ni-a
모리타니

 Ê-ti-ô-pi-a
에티오피아

 Nước cộng hoà Nam Phi
남아프리카공화국

 Ái Cập
이집트

 Ma Rốc
모로코

* 알제리, 에티오피아는 영어 알파벳 표기를 그대로 사용하기도 합니다.

'~나라 사람'과 언어명

① ~나라 사람: người + 국가명 (예 người Hàn Quốc 한국 사람, người Mĩ 미국 사람)

② 언어명: tiếng + 국가명 (예 tiếng Anh 영어, tiếng Hàn Quốc 한국어)

③ 단, 영어는 쓰는 사용 국가와 관계없이 모두 tiếng Anh을 사용함. 또한, 국가명이 2음절인 경우 줄여 쓰기도 함. (예 tiếng Hàn 한국어, tiếng Nhật 일본어)

hình vuông 정사각형		**hình xoắn ốc** 나선	
hình tam giác 삼각형		**vòng tròn** 원	
hình bầu dục 타원형		**đường cong** 곡선	
hình lục giác 육각형		**hình tứ giác** 사각형	
hình ngũ giác 오각형		**hình chữ nhật** 직사각형	
hình thoi 마름모꼴		**hình nón** 원뿔	
hình chữ thập 십자형		**hình chóp, kim tự tháp** 피라미드	
hình lập phương 정육면체		**hình trụ** 원통	
hình cầu 구		**góc vuông** 직각	
hình tròn 둥근		**đường thẳng** 직선의	
góc nhọn 예각		**hình thang** 사다리꼴	

bài 곡, 가락	시, 노래	Trịnh Công Sơn là nhạc sĩ nổi tiếng với nhiều **bài** hát bất hủ về tình yêu. 찐 꽁 썬은 사랑에 대한 불후의 명곡이 많기로 유명한 작곡가다. Hiện tại, **bài** thơ 'Bánh trôi nước' của Hồ Xuân Hương vẫn được nhiều người Việt Nam yêu thích. 호 쑤언 흐엉의 "바잉 쪼이 느억" 시는 여전히 많은 베트남 사람의 사랑을 받고 있다.
bản 부	신문, 책, 서류 등	Tiểu thuyết này chỉ in có 2.000 **bản**. 이 소설은 2,000부가 인쇄되었다. Tôi đã phô tô 30 **bản** tài liệu cần thiết cho cuộc họp. 나는 회의에 필요한 서류 30부를 복사했다.
bình / lọ 병	도자기, (유리) 병	Tôi mua một **bình** hoa để cắm hoa. 나는 꽃꽂이를 하려고 꽃병 하나를 샀다. Tôi đun Boricha(trà lúa mạch) và rót ra 2 **bình** nước. 나는 보리차를 끓여서 물병 두개에 나누어 담았다.
bát / tô 공기, 사발	그릇, (밥) 공기	Cho tôi một **bát** phở bò nhé. 저에게 소고기 쌀국수 한 그릇 주세요. Tôi ăn thêm một **bát** cơm vì đói quá. 나는 배가 너무 고파서 밥 한 그릇을 더 먹었다.
bức 점, 매	편지, 그림 등	Những **bức** tranh này mỗi bức có giá là 50.000 đồng. 이 그림들은 한 점에 5만 동이다. Tôi gửi một **bức** thư cho bố mẹ vào Ngày Cha Mẹ tại Hàn Quốc. 나는 한국의 어버이날에 부모님께 편지 한 통을 보냈다.
cái 개, 것	무생물 명사	**Cái** bút bi màu xanh này là của tôi. 이 파란색 볼펜은 내 것이다. **Cái** bàn ăn này khá đắt vì là sản phẩm có thương hiệu. 이 식탁은 브랜드 제품으로 꽤 비싸다.
căn / ngôi 채	집, 건물	Gia đình chị gái tôi sống ở **căn** nhà cách chúng tôi 2 căn. 내 언니의 가족은 두 집 건너에 살고 있다. **Ngôi** nhà này mới xây dựng năm ngoái. 이 건물은 작년에 건축되었다.
cặp / đôi 조, 짝	두 개 이상의 물건이 한 벌을 이루는 명사	Họ là một **cặp** vợ chồng thật xứng đôi. 그들은 매우 잘 어울리는 부부이다. Tôi đã mua một **đôi** tất dày dùng cho mùa đông. 나는 겨울용 두꺼운 양말을 하나 샀다.

cây 그루, 대	식물, 나무, 가늘고 긴 물건	Cô ấy mua cho cháu gái một **cây** kẹo mút trong công viên. 그녀는 공원에서 조카에게 막대사탕 한 대(개)를 사 주었다. **Cây** bút màu tím này bị hỏng rồi. 이 보라색 볼펜은 고장 났다.
con 마리	생물 명사	Một **con** mèo nằm ở dưới ghế. 고양이 한 마리가 의자 아래 누워 있다. **Con** sông này có tên là sông Hương. 이 강 이름은 흐엉 강이다.
cốc / ly / chén 잔, 컵	음료	Tôi thường uống một **cốc** cà phê sau khi ăn xong. 나는 보통 밥을 먹은 후 커피를 마신다. Cho tôi một **ly** trà đá nhé. 나에게 아이스 녹차 한 잔 주세요.
củ / bắp 포기, 구근	뿌리채소, 나무 등	Gia đình anh ấy mua 100 **bắp** cải thảo để làm kimchi. 그의 가족은 김치를 만들기 위해 배추 100포기를 구매했다. Để nấu món ăn này chúng ta cần dùng 10 **củ** cải to. 이 요리를 만들려면 큰 무 10개가 필요하다.
chai 병	맥주, 우유 등 마실 것	Bia này 35.000 đồng một **chai**. 이 맥주는 한 병에 3만 5천 동이다. **Chai** dầu gội mới này có mùi rất thơm. 새로 나온 이 샴푸는 향이 좋다.
chiếc 대, 채, 개	악기, 기계, 차량, 큰 물건 등	**Chiếc** xe máy này vừa hiện đại vừa có giá phải chăng. 이 오토바이는 적정한 가격이면서 최신인 제품이다. Quán cà phê này được xây và cải tạo từ **chiếc** máy bay cũ. 이 카페는 낡은 비행기를 개조해 만들어졌다.
đĩa 접시, 판	얇은 판, 접시	Mẹ tôi làm xong 5 **đĩa** mỳ Ý chỉ trong 20 phút. 나의 엄마는 스파게티 다섯 접시를 20분 안에 완성했다. **Đĩa** CD nhạc xưa của ca sĩ Bạch Yến là đĩa nhạc cực quý hiếm hiện nay. 가수 바익 이엔의 옛날 CD는 현재 희소가치가 있다.
điếu 대	담배, 담배 피우는 횟수	Đồng nghiệp công ti tôi thường hút 2 đến 5 **điếu** thuốc mỗi ngày. 우리 회사 동료는 담배를 하루에 2대에서 5대까지 피운다. **Điếu** xì gà là đạo cụ thường được sử dụng trong các bộ phim phương Tây. 시가는 서부 영화에 자주 사용되는 소품이다.

* đường(길), dao(칼), sông(강)에는 분류사 con을 사용.

hạt 알	작고 둥근 열매, 곡식의 낱알	Cô ấy tách từng hạt bắp để làm món bắp xào tôm. 그녀는 옥수수 한 알 한 알씩 떼서 새우 옥수수 볶음을 만들었다. Trà làm từ hạt sen có ích cho việc khắc phục chứng mất ngủ. 연꽃 씨로 만든 차는 불면증 극복에 도움을 준다.
hộp 상자	물건을 넣어 둘 수 있도록 나무나 종이 등으로 만든 통	Anh trai chuẩn bị hai hộp quà cho mẹ và em gái nhân ngày 8/3. 3월 8일을 맞이하여 오빠가 엄마와 여동생을 위해 선물 두 상자를 준비했다. Bạn có thể lấy giúp tôi hộp khăn giấy kia được không? 그 티슈 상자를 갖다줄 수 있나요?
kiểu 가지	사물 헤아릴 때 (포즈, 스타일 등)	Khuôn mặt của cô ấy hợp với rất nhiều kiểu tóc. 그녀의 얼굴은 여러 가지 헤어스타일에도 어울린다. Thần thái của người mẫu này rất phù hợp với kiểu chụp ảnh quảng cáo mĩ phẩm. 이 모델의 표정은 화장품 광고의 뷰티 촬영에 매우 적합하다.
lon 캔	양철이나 알루 미늄으로 만든 통	Tôi mua 10 lon bia về nhậu bia gà với bạn cùng phòng. 맥주 10캔을 사서 룸메이트와 치맥을 했다. Tôi thường uống một lon coca khi ăn bánh pizza. 나는 피자를 먹을 때만 콜라 한 캔을 마신다.
mùa 철, 때	어떤 일을 하기 에 가장 좋은 시기나 때	Mùa này là mùa xoài ngon nhất. 이 계절은 망고가 가장 맛있는 철이다. Từ tháng 5 đến tháng 11 là mùa cua ngon nhất ở Hàn Quốc. 한국에서 11월부터 5월이 대게가 가장 맛있는 철이다.
mũi 대, 촉	주사, 침, 화살	Em gái tôi thường tiêm hai mũi tiêm phòng cảm cúm mỗi năm. 내 여동생은 보통 일년에 독감 주사 두 대를 맞는다. Tối hôm qua tôi bị trẹo mắt cá chân nên phải châm cứu mấy mũi. 어젯밤에 나는 발목을 삐어서 침 몇 대를 맞아야 했다.
quả / trái 알, 개	과일, 둥근 사물	Tôi tặng hai quả dưa hấu cho nhà thông gia. 나는 사돈댁에 수박 두 통을 선물했다. Giá của một quả xoài ở Việt Nam thường rẻ hơn Hàn Quốc. 보통 베트남에서 망고 한 개의 가격은 한국보다 저렴하다.
quyển / cuốn 권	책, 공책	Tôi mới mua 2 quyển tiểu thuyết "Nỗi buồn chiến tranh". 나는 막 "전쟁의 슬픔"이라는 소설 두 권을 샀다. Tôi mua một quyển từ điển Việt-Hàn để học tiếng Việt. 나는 베트남어 공부를 위해 베–한 사전 한 권을 샀다.

tấm 매, 장	종이, 사진	Đây là **tấm** ảnh của gia đình tôi. 이것은 나의 가족사진이다. Tôi treo một **tấm** bản đồ thế giới trên tường. 나는 벽에 세계지도를 걸었다.
tập / bộ 편	책, 문학 작품, 영화, 연극 등	Bạn đã xem **tập** truyện ngắn "Mắt Biếc" của Nguyễn Nhật Ánh chưa? 응웬 녓 아잉의 단편 소설 "맛 비엑"을 봤어요? Tôi đã xem hết toàn **bộ** loạt phim truyền hình Mĩ "Good Wife" chỉ trong một tuần. 나는 미드 "굿와이프" 시리즈를 일주일 동안 다 봤다.
tờ 매, 장	종이, 사진	Tôi vừa mua năm **tờ** vé số để thử vận may. 행운을 시험하기 위해 방금 복권 다섯 매를 구매했다. Trước khi đi làm, bố tôi thường mua một **tờ** báo. 일을 하러 가기 전에 아버지는 보통 신문을 사신다.
viên 알, 정	작고 둥근 모양의 물건	Bác sĩ dặn cô ấy mỗi ngày chỉ uống một **viên** vitamin tổng hợp. 의사가 그녀에게 매일 종합 비타민 한 알만 먹으라고 충고했다. Khi mệt, tôi thường ăn một **viên** kẹo. 피곤할 때면 나는 사탕 한 알을 먹는다.
vở 권, 장, 편	공책, 연극, 뮤지컬 등	Tôi đã xem hai **vở** nhạc kịch nổi tiếng của nam diễn viên Kai. 나는 유명한 배우 카이의 뮤지컬 작품 두 편을 관람했다. **Vở** kịch "Thị Nở - Chí Phèo" đã biểu diễn ở Hàn Quốc vào năm 2019. "티 너–찌 페오" 연극은 2019년 한국에서 공연되었다.

Cha mẹ sinh con, trời sinh tính	자식 겉 낳지 속은 못 낳는다
Ăn mày còn đòi xôi gấc	배고픈 놈이 흰쌀밥 조밥 가리랴
Con sâu làm rầu nồi canh	미꾸라지 한 마리가 물을 흐린다
Mò kim đáy bể	모래밭에서 바늘 찾기
Chó chê mèo lắm lông	똥 묻은 개가 겨 묻은 개 나무란다
Dao sắc không gọt được chuôi	중이 제 머리 못 깎는다
Ếch ngồi đáy giếng	우물 안 개구리
Chín người mười ý	사공이 많으면 배가 산으로 간다
Cha chung không ai khóc	아내가 여럿이면 늙어서 생홀아비 된다
Đói đến muối cũng ngon	시장이 반찬
Góp gió thành bão	티끌 모아 태산
Tiền nào của nấy	심은 대로 거둔다
An cư lạc nghiệp	안빈낙도
Đàn gảy tai trâu	소 귀에 경 읽기
Trâu bò đánh nhau ruồi muỗi chết	고래 싸움에 새우 등 터진다
Nhất cử lưỡng tiện	일석이조, 일거양득
Thuốc đắng giã tật	좋은 약은 입에 쓰다

Mất bò mới lo làm chuồng	소 잃고 외양간 고친다
Dễ như trở lòng bàn tay	누워서 떡 먹기
Gieo gió gặt bão	되로 주고 말로 받는다
Trăm nghe không bằng một thấy	백 번 듣는 것이 한 번 보는 것만 못하다
Vàng thật không sợ lửa	구슬이 서말이라도 꿰어야 보배
Đoàn kết là sống, chia rẽ là chết	뭉치면 살고 흩어지면 죽는다
Ăn miếng trả miếng	눈에는 눈 이에는 이
Xa mặt cách lòng	눈에서 멀어지면 마음에서도 멀어진다
Bách chiến bách thắng	백전백승
Có qua có lại mới toại lòng nhau	오는 정이 있어야 가는 정이 있다
Cười người hôm trước hôm sau người cười	마지막에 웃는 자가 승자다
Trời sinh một cặp	천생연분
Cha nào con nấy	부전자전
Vừa nhắc Tào Tháo, Tào Tháo đến	호랑이도 제 말 하면 온다
Thời gian không đợi ai	시간은 사람을 기다리지 않는다
Có chí thì nên	뜻이 있는 곳에 길이 있다
Cành vàng lá ngọc	금상첨화

부록 II

Phụ lục II

Ⅰ 인간

❶ 가족 · 친척

1 (1) bà ngoại   (2) chú
   (3) thím   (4) anh trai

2 (1) ②   (2) ①   (3) ①   (4) ④

3 (1) ông nội   (2) bà nội
   (3) ba   (4) mẹ
   (5) anh trai   (6) chị gái
   (7) em gái

❷ 몸

1 (1) ngực   (2) cổ chân
   (3) bụng   (4) mũi
   (5) khuỷu tay

2 (1) ④   (2) ③   (3) ⑤   (4) ②
   (5) ①

3 (1) răng   (2) tay   (3) tai   (4) mắt

❸ 신체적 특징

1 (1) ②   (2) ④   (3) ①   (4) ③
   (5) ⑤

2 (1) ④   (2) ②   (3) ①   (4) ③
   (5) ③   (6) ④

3 (1) ③   (2) ①   (3) ②   (4) ④
   (5) ⑤

❹ 성격

1 (1) ③   (2) ①   (3) ④   (4) ②

2 (1) tiêu cực   (2) hèn nhát
   (3) tuỳ tiện   (4) vững vàng

3 (1) ④   (2) ②   (3) ③

❺ 감정

1 (1) ghét   (2) hối hận
   (3) ngạc nhiên   (4) hài lòng

2 (1) thích   (2) lo lắng
   (3) buồn / vui   (4) nhớ

3 (1) ④   (2) ②

❻ 동작 · 생리 현상

1 (1) ③   (2) ④   (3) ①   (4) ②

2 (1) ③   (2) ④   (3) ②   (4) ①

3 (1) sờ   (2) đánh thức
   (3) đói   (4) nằm

❼ 정신 활동

1 (1) nhớ
   (2) quên mất
   (3) tưởng tượng

2 (1) ②   (2) ④   (3) ①   (4) ③

3 (1) Gia đình Minh có 4 người.
   (2) Chồng Minh đang làm việc ở một công ti nhà nước.
   (3) Con gái thứ hai ít hơn con gái thứ nhất 3 tuổi.

8 의료

1 (1) cảm lạnh (2) tiêu chảy
   (3) ho (4) mồ hôi
   (5) chóng mặt

2 (1) ① (2) ⑤ (3) ② (4) ③
   (5) ④

3 (1) ④ (2) ② (3) ①

II 주거 · 일상생활

1 집

1 (1) vòi hoa sen
   (2) gương
   (3) tủ gương phòng tắm
   (4) bồn rửa mặt
   (5) cửa

2 (1) phòng khách
   (2) tường
   (3) Phòng ngủ
   (4) tủ quần áo
   (5) tủ lạnh
   (6) ban công

3 (1) ① (2) ② (3) ④ (4) ②

2 가구 · 가전제품

1 (1) quạt điện (2) bàn là
   (3) điều khiển (4) máy điều hoà

2 (1) tủ lạnh (2) máy hút bụi
   (3) bàn ăn (4) giường
   (5) máy giặt

3 ④

3 주거 관련 용어

1 (1) hệ thống sưởi nền
   (2) thi công
   (3) nội thất
   (4) tiền đặt cọc

2 (1) ồn ào
   (2) đầy đủ nội thất
   (3) yên tĩnh

3 (1) Anh đã chuẩn bị tiền đặt cọc thuê
       nhà chưa
   (2) Khi nào anh sẽ chuyển đến nhà mới
   (3) Toà nhà này do công ti nào thiết
       kế và xây dựng

4 집안일

1 (1) ② (2) ④ (3) ③ (4) ②

2 (1) là quần áo
   (2) sắp xếp
   (3) phân loại rác
   (4) bột giặt
   (5) Bụi

3 (1) nấu ăn (2) tưới nước
   (3) giặt (4) là
   (5) phơi đồ

5 일상생활

1 (1) ③ (2) ⑤ (3) ① (4) ④
   (5) ② (6) ⑥

2 ①, ④, ③, ②

3 (1) cởi quần áo
   (2) Tập thể dục
   (3) đi dạo
   (4) đánh răng

6 직업

1 (1) ④   (2) ②   (3) ③   (4) ⑤
   (5) ①

2 (1) ②   (2) ⑤   (3) ①   (4) ④
   (5) ③   (6) ⑥

3 (1) ③   (2) ①   (3) ②

Ⅲ 식생활

1 고기 · 생선 · 해산물

1 (1) ④   (2) ②   (3) ①   (4) ③

2 (1) ③   (2) ③   (3) ①

3 (1) ②, ③, ⑧, ⑨   (2) ①, ⑦, ⑩
   (3) ④, ⑤, ⑥

2 채소 · 과일 · 곡물

1 (1) ④   (2) ⑤   (3) ①   (4) ②
   (5) ③

2 (1) ①, ②, ⑪   (2) ④, ⑦, ⑨, ⑫
   (3) ③, ⑤, ⑥, ⑧, ⑩

3 (1) ③   (2) ②   (3) ①   (4) ④

3 음식 · 음료

1 (1) ②   (2) ④   (3) ③   (4) ①

2 (1) dầu ăn   (2) cà phê
   (3) sa lát   (4) mứt

3 (1) bia hơi   (2) Kem
   (3) cà phê   (4) hạt tiêu

4 맛 · 조리법

1 (1) ②   (2) ①   (3) ③   (4) ⑤
   (5) ④

2 (1) luộc   (2) nấu
   (3) chiên   (4) nướng

3 (1) thái   (2) ngọt
   (3) đun sôi   (4) nhạt

5 식기 · 주방용품

1 (1) ①   (2) ④   (3) ②   (4) ⑤
   (5) ③

2 (1) ②   (2) ④   (3) ①   (4) ②

3 (1) đĩa   (2) nồi hấp
   (3) ấm nước

6 식료품점 · 식당

1 (1) ⑤   (2) ④   (3) ②   (4) ③
   (5) ①

2 (1) ①   (2) ③   (3) ④   (4) ②

3 (1) hoá đơn
   (2) thức đơn
   (3) thức ăn nhanh

Ⅳ 패션 · 쇼핑

1 미용(개인위생)

1 (1) ④   (2) ③   (3) ②   (4) ①

2 (1) ④   (2) ③   (3) ②   (4) ⑤
   (5) ①

3 (1) tẩy trang   (2) kiểu tóc
   (3) uốn tóc   (4) dầu gội đầu

2 의류

1 (1) ③   (2) ②   (3) ④   (4) ⑤
   (5) ①

2 (1) ②   (2) ①   (3) ④   (4) ②

3 (1) áo khoác
   (2) quần
   (3) hợp
   (4) trang phục công sở
   (5) đặt may

3 패션 소품

1 (1) ⑤   (2) ③   (3) ①   (4) ②
   (5) ④

2 (1) ②   (2) ①   (3) ③   (4) ⑤
   (5) ④   (6) ⑥

3 (1) ③   (2) ②   (3) ②

4 쇼핑 · 지불 관련 용어

1 (1) ②   (2) ④   (3) ①   (4) ③

2 ①, ⑦, ④, ②, ⑤, ③, ⑥

3 (1) thẻ, tiền mặt   (2) cỡ
   (3) bảo hành

Ⅴ 장소 · 교통

1 건물 · 길 찾기

1 (1) ④   (2) ①   (3) ②   (4) ③

2 (1) bệnh viện
   (2) hiệu sách
   (3) bưu điện
   (4) trung tâm ngoại ngữ
   (5) bảo tàng

3 (1) lãnh sự quán
   (2) ghé qua
   (3) trung tâm tiệc cưới
   (4) phòng tập thể hình

2 위치 · 방향

1 (1) Xung quanh   (2) giữa
   (3) đi thẳng   (4) cho đến

2 (1) Lọ hoa ở trên bàn.
   (2) Mẹ ngồi trước cửa sổ.
   (3) Con mèo ở dưới bàn.
   (4) Quyển sách đó ở trên sofa.

3 대중교통

1 (1) ③   (2) ①   (3) ④   (4) ②

2 (1) ③   (2) ①   (3) ②   (4) ⑤
   (5) ④

3 (1) vé máy bay
   (2) nhân viên soát vé
   (3) tàu hoả
   (4) bằng lái xe

Ⅵ 정보 통신 기술 · 시간

1 컴퓨터 · 인터넷

1 (1) màn hình   (2) máy in
   (3) bàn phím   (4) con chuột
   (5) máy vi tính

2 (1) ②   (2) ④   (3) ③   (4) ①

3 (1) phô tô   (2) phần mềm
   (3) file tài liệu   (4) cư dân mạng

❷ 전화 · 우편

1 (1) ②   (2) ③   (3) ①   (4) ④
2 (1) ②   (2) ④   (3) ③   (4) ①
3 (1) ④   (2) ④   (3) ③   (4) ①

❸ 대중 매체

1 (1) ①   (2) ④   (3) ⑤   (4) ②
   (5) ③
2 (1) phim tài liệu
   (2) tạp chí
   (3) cuộc họp
   (4) tập
   (5) truyền hình trực tiếp
   (6) người dẫn chương trình

❹ 시간 · 날짜

1 (1) ngày   (2) Vì thế
   (3) muộn   (4) Trong
   (5) kết thúc   (6) khoảnh khắc
2 (1) ②   (2) ③   (3) ②   (4) ③
   (5) ②   (6) ③

Ⅶ 자연 · 환경

❶ 우주 · 지구 · 대륙

1 (1) ngôi sao
   (2) Sa mạc
   (3) mặt trời
   (4) rừng nhiệt đời
2 (1) ②   (2) ③   (3) ①
3 (1) ④   (2) ③   (3) ①   (4) ②

❷ 바다 · 강 · 산 · 들

1 (1) cánh đồng   (2) suối
   (3) đồng bằng   (4) kênh đào
2 ④
3 (1) nông thôn   (2) Cát
   (3) phong cảnh   (4) bãi cỏ
   (5) hồ

❸ 날씨 · 자연 현상

1 (1) ④   (2) ①   (3) ②   (4) ③
2 (1) mưa rào   (2) tuyết rơi
   (3) cầu vồng   (4) thời tiết
   (5) ẩm ướt
3 (1) khô
   (2) dự báo thời tiết
   (3) nhiệt độ
   (4) tuyết rơi

❹ 동물 · 곤충 · 새

1 (1) ③   (2) ④   (3) ①   (4) ②
2 (1) con bướm   (2) bồ câu
   (3) ngỗng   (4) voi
3 (1) Cá voi   (2) nuôi
   (3) hoang dã

❺ 자연재해 · 환경

1 (1) ③   (2) ④   (3) ②   (4) ⑤
   (5) ①
2 (1) khói bụi
   (2) tuyệt chủng
   (3) bảo tồn
   (4) ô nhiễm nguồn nước
   (5) cháy rừng

Ⅷ 휴가 · 여가 활동

❶ 휴가 · 여행

1 (1) ②   (2) ④   (3) ③   (4) ⑤
   (5) ①

2 (1) Bạn hay mua vé máy bay ở đâu
   (2) Bạn đã đặt vé máy bay khi nào
   (3) Sinh viên Hàn Quốc có mấy kì
      nghỉ trong một năm
   (4) Bạn thích đi du lịch nơi nào nhất

3 (1) ④   (2) ④

❷ 음악 · 영화 · 미술

1 (1) ②   (2) ③   (3) ①   (4) ④

2 (1) Đàn piano   (2) tranh sơn dầu
   (3) thu thập   (4) nhạc cụ

3 (1) màu sắc   (2) lời bài hát
   (3) lồng tiếng   (4) vai diễn

❸ 축제 · 공연 예술

1 (1) ①   (2) ④   (3) ②   (4) ⑤
   (5) ③

2 (1) bán hết   (2) ngày kỉ niệm
   (3) lời mời   (4) sự kiện

3 ⑤

❹ 운동 · 취미 활동

1 (1) Câu cá
   (2) Bóng ném bãi biển
   (3) chiến thắng
   (4) huy chương

2 (1) ①   (2) ③   (3) ②   (4) ③

3 ④

Ⅸ 교육 · 문화

❶ 학교생활

1 (1) ③   (2) ⑤   (3) ④   (4) ②
   (5) ①

2 (1) chuyên ngành
   (2) tiếng ồn
   (3) phát biểu
   (4) học bổng

3 ②

❷ 학용품

1 (1) ①   (2) ③   (3) ④   (4) ②

2 (1) ④   (2) ③   (3) ②

3 ③

❸ 문화 · 서적

1 ④

2 (1) ②   (2) ②   (3) ④   (4) ①

3 (1) ngâm thơ
   (2) cũ
   (3) thông dịch
   (4) truyện ngắn

❹ 종교 · 기타 학문

1 (1) ③   (2) ②   (3) ①   (4) ⑤
   (5) ⑥   (6) ④

2 (1) đền thờ
   (2) mê tín
   (3) kiến trúc
   (4) địa ngục

X 사회 · 경제

❶ 정치 · 행정

1 (1) quốc ca　　　(2) cuộc bầu cử
　(3) Chủ tịch　　　(4) ứng cử viên

2 (1) quyền bình đẳng
　(2) Tổng thống
　(3) Toàn cầu hoá

3 (1) ứng cử viên
　(2) Hiến pháp
　(3) quân đội

❷ 화폐 · 경제

1 (1) đổi tiền
　(2) máy rút tiền tự động
　(3) thẻ ngân hàng

2 (1) ④　　(2) ①　　(3) ③　　(4) ②

3 (1) ①　　(2) ③

❸ 기업 · 금융

1 (1) ②　　(2) ④　　(3) ①　　(4) ③

2 ③

3 (1) Tiền thuế
　(2) lạm phát
　(3) tổng doanh thu
　(4) Lưu thông

❹ 고용 · 직업 활동

1 (1) phỏng vấn
　(2) thăng chức
　(3) về hưu
　(4) tiền lương

2 (1) phụ trách
　(2) nhân sự
　(3) Làm thêm
　(4) thư giới thiệu
　(5) đồng nghiệp
　(6) thất nghiệp

❺ 범죄 · 법

1 (1) giết người
　(2) bắt cóc
　(3) lừa đảo qua điện thoại
　(4) thưởng truy nã

2 (1) tội phạm vị thành niên
　(2) Người bị hại
　(3) lệnh bắt giữ

3 ②

색인 ② Chỉ mục ②